ಈತನೊಬ್ಬ 'ಅಶಾಂತ ಸಂತ'

'ಜನರನ್ನು ಕೊಂದ ಖಡ್ಗಗಳ ಮೇಲೆ ಶಾಂತಿ ಮಂತ್ರಗಳನ್ನೇಕೆ ಕೊರೆದಿದ್ದಾರೆ/ ಅಸತ್ಯದ ಕತ್ತಲೇಕೆ ಮನೆ ಮಾಡಿದೆ ಸತ್ಯದ ಬೆಳಕಿನಲ್ಲಿ/ ಸೂರ್ಯನೆ ಹೇಳು ಹೆಪ್ಪುಗಟ್ಟಿದ ಮನಸ್ಸುಗಳನ್ನು ಕರಗಿಸುವುದೆಂತು/ ಮೋಡಗಳೇ ತಿಳಿಸಿ ಮಳೆಯಲ್ಲಿ ಸೇರಿಲ್ಲವೆ ಬಡವರ ಕಣ್ಣೀರು/ ಭವಿಷ್ಯವೇ ತಾಳು ಎಲ್ಲೆಡೆ ಆವರಿಸಿದೆ ನೋವು/ ಪ್ರಳಯಕ್ಕೆ ಮೊದಲು ಎಚ್ಚರಾಗುತ್ತಾರೆ ಅವರು' ಎಂದಿದ್ದರು ರಂಜಾನ್ ದರ್ಗಾ

ಹಾಗೆ ಪ್ರಳಯಕ್ಕೆ ಮೊದಲು ಎಚ್ಚರವಾದವರು ಎನ್ ರವಿಕುಮಾರ್. ನಾವೆಲ್ಲರೂ 'ಟೆಲೆಕ್ಸ್' ಎಂದೇ ಪ್ರೀತಿಯಿಂದ ಕರೆಯುವ ರವಿಕುಮಾರ್ ಒಂದು ರೀತಿ ಇಂದಿನ ಭಯಾನಕ ಸತ್ಯಗಳ ಟೆಲೆಕ್ಸ್ ಸಂದೇಶವನ್ನು ಎಲ್ಲರಿಗೂ ಕಳಿಸುತ್ತಿರುವುದರ ಗುರುತೇ ಈ ಕವಿತಾ ಸಂಕಲನ. ಇದು ದುರಿತ ಕಾಲ. ಅಸತ್ಯದ ಕತ್ತಲಲ್ಲಿ ಸತ್ಯ ಮರೆಯಾಗಿ ಹೋಗಿರುವ ಕಾಲ. ಅಂತಹ ಸಮಯದಲ್ಲಿ ಹೆಪ್ಪುಗಟ್ಟಿದ, ಜಡ್ಡುಗಟ್ಟಿದ ಮನಸ್ಸುಗಳನ್ನು ಕರಗಿಸಲು ರವಿಕುಮಾರ್ ತಮ್ಮ ಕವಿತೆಗಳೊಂದಿಗೆ ಎಲ್ಲರೆದುರು ನಿಂತಿದ್ದಾರೆ.

ಹುಟ್ಟಿನ ಕಾರಣಕ್ಕಾಗಿ ಅವಮಾನವನ್ನು, ಹಸಿವನ್ನು, ಸಂಕಟವನ್ನು, ಬಡತನವನ್ನೂ ತಲೆಮಾರುಗಳ ಕಾಲ ಹೊದ್ದುಕೊಳ್ಳಬೇಕಾಗಿ ಬಂದಿರುವ ಈ ದಿನಗಳಲ್ಲಿ, ಬಹುತ್ವ ಎನ್ನುವುದೇ ಅಪರಾಧವಾಗಿರುವ ಈ ದಿನಗಳಲ್ಲಿ, ಆಲೋಚನೆ ಎನ್ನುವುದೇ ದೇಶದ್ರೋಹಿತನವಾಗಿರುವ ಈ ದಿನಗಳಲ್ಲಿ ರವಿಕುಮಾರ್ ತಮ್ಮ 'ನಂಜಿಲ್ಲದ ಪದ'ಗಳನ್ನು ನಮ್ಮ ಮುಂದೆ ಹರಡಿದ್ದಾರೆ. ರವಿಕುಮಾರ್ ಅಥವಾ ಅವರಂತೆ ಯೋಚಿಸುವವರ ಬಗ್ಗೆ ನಮಗೆ ಭರವಸೆ ಮೂಡುವುದೇ ಅವರು ನಂಜಿನ ಕಾಲಕ್ಕೆ ನಂಜಿಲ್ಲದ ಮಾತುಗಳ ಮುಲಾಮು ಹೊಂದಿದ್ದಾರೆ ಎನ್ನುವ ಕಾರಣಕ್ಕೆ. ಅಂಗುಲಿಮಾಲನ ಎದುರು ಬುದ್ಧನಾಗುವುದು ಸುಲಭವಲ್ಲ. ಅದು ತನ್ನೊಳಗಿನ ಭಯವನ್ನು ಗೆದ್ದ ಪ್ರತೀಕ. ಹಾಗೆ ಗೆದ್ದವರು ಎಷ್ಟಿದ್ದಾರೆ ಎಂದು ಹತಾಶೆ ಆವರಿಸುವ ಸಮಯದಲ್ಲಿ ರವಿಕುಮಾರ್ ಅವರ ಕವಿತೆಗಳು ನಮ್ಮ ಮುಂದೆ ಭರವಸೆಯ ಬೆಳಕಾಗಿ ನಿಲ್ಲುತ್ತವೆ.

'ಜನರು ಬೀದಿಯಲ್ಲಿದ್ದಾಗ ರಂಗಮಹಲುಗಳನ್ನೊದ್ದು, ಕನಸುಗಳ ಕೋಟೆಯನ್ನೊಡೆದು, ಭ್ರಮೆಯ ಲೋಕವ ದಾಟಿ, ತಾನೂ ಬದುಕಲೆಂದು... ಕಾವ್ಯ ಬಂತು ಬೀದಿಗೆ' ಎನ್ನುವಂತೆ ರವಿಕುಮಾರ್ ಕವಿತೆಗಳು ಕನಸುಗಳ ಹೆರುತ್ತಾ ಕೂರದೆ, ಬೀದಿಗೆ ಬಂದು ನಿಂತಿವೆ. ಆಸೀಫಾಳ ಮೇಲಿನ ಅತ್ಯಾಚಾರ, ಉತ್ತರ

ಪ್ರದೇಶದ ಆಸ್ಪತ್ರೆಯಲ್ಲಿ ಸಾಲು ಸಾಲು ಮಕ್ಕಳ ಸಾವು, ಗೌರಿ ಹತ್ಯೆ, ರೋಹಿತ್ ವೇಮುಲ ಆತ್ಮಹತ್ಯೆ... ಹೀಗೆ ರವಿಕುಮಾರ್ ಪದ್ಯಗಳು ನೊಂದವರ ಹಿಂದೆ ಸಂಚಾರ ಹೊರಟಿವೆ. ಇವರ ಕವಿತೆಗಳು ಅಶಾಂತ ಸಂತನಂತೆ ದೇಶದುದ್ದಕ್ಕೂ ತಿರುಗುತ್ತವೆ. ಹೆಣದ ಮೆರವಣಿಗೆಯ ಹಿಂದೆ ಹೊರಟ ಕವಿತೆಗಳು 'ಬನ್ನಿ ಮಣ್ಣಿಗೋಗೋಣ' ಎಂದು ಕನಸ ಮರಿ ಹಾಕುತ್ತಾ, ರಂಗಮಹಲುಗಳಲ್ಲಿದ್ದವರನ್ನು ಕರೆಯುತ್ತವೆ.

ಇವರ ಕವಿತೆಗೆ ಒಡಲಾಳವನ್ನು ಹೊಕ್ಕುವ, ಇನ್ನಿಲ್ಲದಂತೆ ಮನ ಕಲಕುವ ಶಕ್ತಿ ಇದೆ. ಅಬ್ಬರದ ದನಿಗಿಂತ ತಣ್ಣನೆಯ ದನಿಯನ್ನು ಅವರು ಆಯ್ದುಕೊಳ್ಳುತ್ತಾರೆ. ಹಾಗಾಗಿಯೇ ಗೌರಿ ತನಗೆ ಗುಂಡಿಕ್ಕಿದವನಿಗೆ 'ನನ್ನೆದೆ, ಹಣೆಗೆ ಗುಂಡಿಕ್ಕುವ ಮುನ್ನ ಅದೆಷ್ಟು ಹಸಿದಿದ್ದೆಯೋ...' ಎಂದು ಕಳವಳಿಸುತ್ತಾಳೆ. 'ನನ್ನ ಕೊಂದ ಕತ್ತಿಯನ್ನು ದೇವರ ಕೋಣೆಯಲ್ಲಿಡಿ.. ನಿತ್ಯ ನಿಮ್ಮ ಪರಾಕ್ರಮ ನೆನಪಾಗುತ್ತಿರಲಿ' ಎನ್ನಲು ಸಾಧ್ಯವಾಗುತ್ತದೆ.

'ನೀ ಹೋದ ಮರುದಿನ ಮೊದಲಾಂಗ ನಮ್ಮ ಬದುಕು ಆಗ್ಯಾದೋ ಬಾಬಾಸಾಹೇಬ' ಎಂದು ರವಿಕುಮಾರ್ ಕೊರಗುತ್ತಾ ಕೂರುವುದಿಲ್ಲ. ಅವರು ಬಾಬಾಸಾಹೇಬನ ಎದುರು ನಿಂತು ಕುಶಲ ವಿಚಾರಿಸುವವರು. ಬಾಬಾಸಾಹೇಬನ ಕಣ್ಣಲ್ಲಿ ನೀರುಕ್ಕಿದ್ದಕ್ಕೆ, ಕೊರಳ ಸೆರೆಯುಬ್ಬಿದ್ದಕ್ಕೆ 'ಯಾಕಿಷ್ಟು ದುಃಖ ದೊರೆಯೇ?' ಎಂದು ಕೇಳಬಲ್ಲವರು. 'ಕಣ್ಣ ಕೆಂಡದಲ್ಲಿ ಹೋಳಿಗೆ ಸುಡುವವರ' ಜೊತೆ ನಿಲ್ಲುವವರು.

ತಮ್ಮ ಕವಿತೆಗಳನ್ನು ರವಿಕುಮಾರ್ 'ಇವು ನನ್ನ ಬಿಕ್ಕಳಿಕೆಗಳು' ಎಂದು ಕರೆದುಕೊಳ್ಳುತ್ತಾರೆ. ಇವು 'ಇಷ್ಟ ಬಂದ ಆಹಾರ ತಿಂದದ್ದಕ್ಕೆ, ಉಡುಗೆ ತೊಟ್ಟಿದ್ದಕ್ಕೆ, ನಕಲಿ ದೇಶಪ್ರೇಮವನ್ನು ಪ್ರಶ್ನಿಸಿದ್ದಕ್ಕೆ' ತಮ್ಮ ಹತಾರಗಳನ್ನು ಹೊತ್ತು ಬಂದವರ ನಿಲೆ ಹಾಕಿ ಕಣ್ಣಲ್ಲಿ ಕಣ್ಣಿಟ್ಟು– 'ಏನು ಬಂದಿರಿ, ಹದುಳವೇ?' ಎಂದು ಕೇಳುವ ಶಕ್ತಿಯನ್ನು ಹೊಂದಿವೆ. ಇಲ್ಲಿರುವ ಕವಿತೆಗಳು ನಿಮ್ಮನ್ನೂ ನಿಲೆ ಹಾಕಿ ಕೇಳುತ್ತದೆ– 'ಪ್ರಶ್ನಿಸಿ, ಯಾಕೆ ಸುಮ್ಮನಿದ್ದೀರಿ?' ಎಂದು. 'ನಂಜಿಲ್ಲದ ಕವಿತೆ'ಗಳ ಓದಿ ನಂಜುಳ್ಳವರ ಎದುರು ನಿಲ್ಲೋಣ ಬನ್ನಿ.

ಜಿ ಎನ್ ಮೋಹನ್

ವಿಭಾ ಸಾಹಿತ್ಯ ಪ್ರಶಸ್ತಿ ಪುರಸ್ಕೃತ ಕೃತಿ

ನಂಜಿಲ್ಲದ ಪದಗಳು

ಕ ವಿ ತೆ ಗ ಳು

ಎನ್. ರವಿಕುಮಾರ್ ಟೆಲೆಕ್ಸ್

ಬಹುರೂಪಿ

1, 'ನಾಕುತಂತಿ', ಬಸಪ್ಪ ಬಡಾವಣೆ, ಆರ್‌ಎಂವಿ 2ನೇ ಘಟ್ಟ,
ಸಂಜಯನಗರ, ಬೆಂಗಳೂರು – 560 094

ದೂರವಾಣಿ: 7019182729 editor.bahuroopi@gmail.com

online book store: bahuroopi.in

facebook: bahuroopi.official/

NANJILLADA PADAGALU-
A Collection of poems
By **N Ravikumar Telex**
Published by **Bahuroopi**

Written By
N Ravikumar Telex
9448105095
suryasmg75@gmail.com

Published By
Bahuroopi
1, Naaku Tanti, Basappa Layout,
RMV Second Stage, Sanjayanagar,
Bangalore 560 094
--
editor.bahuroopi@gmail.com
Mobile: 70191 82729

online book store:
bahuroopi.in

ಬಹುರೂಪಿ
ಪ್ರಕಟಣೆಗಳಿಗಾಗಿ ಈ
QR ಕೋಡ್ ಅನ್ನು
ಸ್ಕ್ಯಾನ್ ಮಾಡಿ.

First Edition: 2018

Pages: 80

Price: Rs. 100/-

Photo : **H U Vaidyanath**

Design: **M R Guruprasad**

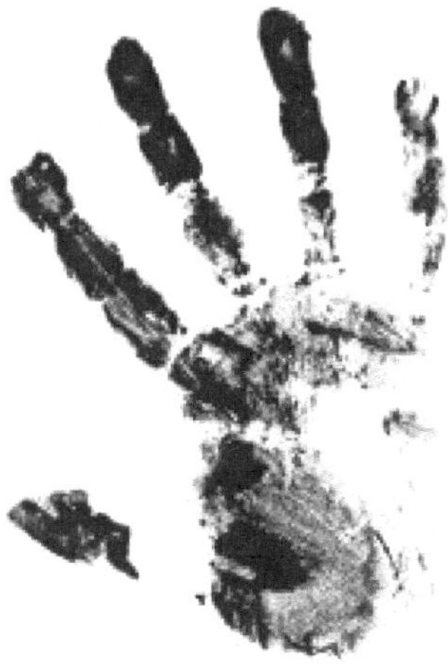

‘ನಾವಂತೂ ಕಲೀಲಿಲ್ಲ.
ನೀವಾದ್ರೂ ನಾಕಕ್ಷರ ಕಲ್ತು
ನಾಲೋರು ಮುಂದೆ ತಲೆ ಎತ್‌ಕೊಂಡ್ ಬಾಳ್ರೋ..’
ಎಂದು ಉಸಿರ ತಿದಿಯೊತ್ತಿ ಉಸುರುತ್ತಾ
ಮಹಾನ್ ಜೀವನತತ್ವ ದರ್ಶಿಸಿದ
ನನ್ನಪ್ಪ–ನನ್ನವ್ವನಿಗೆ....

ಮತ್ತು

ಆರೋಗ್ಯಪೂರ್ಣ ಸಮಾಜಕ್ಕೆ ಜೀವ ತೇಯುತ್ತಿರುವ
ನನ್ನಪ್ಪನಂತಹ ನಿಸ್ವಾರ್ಥ
ಮಾನವತಾವಾದಿ ಪೌರಕಾರ್ಮಿಕರಿಗೆ
ಈ ಕವನ ಸಂಕಲನ ಸಮರ್ಪಣೆ.

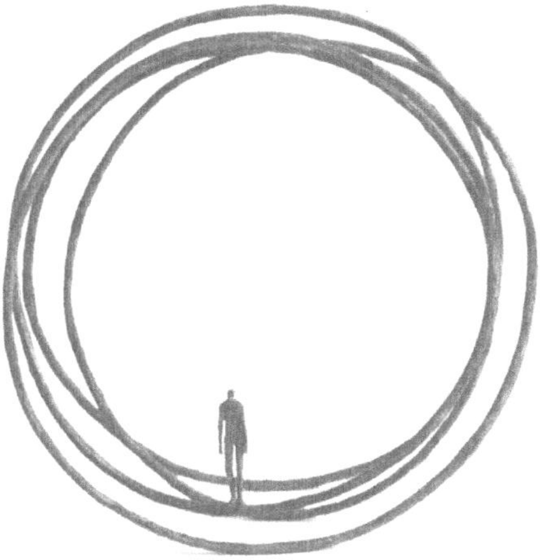

ಇವು ನನ್ನ ಬಿಕ್ಕಳಿಕೆಗಳು....

ನನ್ನ ಕವಿತೆಯೆಂದರೆ
ಗೋರಿಯ ಮೇಲೆ ಚಿಗುರೊಡೆದು
ನಗುವ ತುಂಬೆ ಹೂವು.
ಅದರದ್ದು ಸುಖದ ಹಾಡಲ್ಲ
ಅಸಂಖ್ಯಾತ ದುಃಖಗಳ
ಕರುಳಕೋಣೆಯ ನಂಜಿಲ್ಲದ ಪದಗಳು....!

ಹೌದು–

ನನ್ನ ಮತ್ತು ನನ್ನ ಸುತ್ತಮುತ್ತಲಿನ ಸಾಮಾಜಿಕ ಬದುಕಿನ ನೋವು–ನಲಿವುಗಳಿಗೆ, ಸುಖ–ದುಃಖಗಳಿಗೆ ನಾನು ಕಂಡುಕೊಂಡ ಮುಲಾಮು ಎಂದರೆ ಕವಿತೆ. ನನಗೆ ನಾನೇ ಬರೆದುಕೊಂಡವು. ನನ್ನ ಅಳುವ ಸದ್ದು, ನಗುವ ಕೇಕೆ ಲೋಕಕ್ಕೆ ತಿಳಿಯದಿರಲೆಂದು ಕೌದಿಯ ಹೊದ್ದು ಒಳಗೊಳಗೆ ಅಕ್ಷರವ ಹಡೆದು ಬಿಕ್ಕಳಿಸಿದಂತವು. ಸಾಮಾಜಿಕ ಜಾಲತಾಣ ಎಂಬ ನವಮಾಧ್ಯಮಗಳ ಮಾಯೆಯಲ್ಲಿ ಅವುಗಳೆಲ್ಲಾ ನನಗರಿಯದಂತೆ ಈಗ ಬಯಲಿಗೆ ಬಂದು ಬಿಟ್ಟಿವೆ. ಕವಿತೆಗಾಗಿ ಕವಿತೆಯನ್ನು ಬರೆದದ್ದಲ್ಲ. ಬರೆದಿದ್ದೆಲ್ಲವೂ ಕವಿತೆಗಳಾಗಿಯೇ ನೆರೆದಂಥವು. ಖುಷಿಗೊಂಡಾಗ ಅರಳಿದಂತಹವು. ನೋವುಂಡಾಗ ನನ್ನಿಂದ ಬರೆಯಿಸಿಕೊಂಡು ನನ್ನನ್ನೇ ಸಂತೈಸಿದವು. ಇದು ಸುಖದ ಹಾಡಿನಂತಲ್ಲ. ಅಗಾಧ ನೋವಿನ, ವರ್ತಮಾನದ ತಲ್ಲಣಗಳಿಗೆ ಎದುರಾಗಿ ನುಗ್ಗುವ ಕಡಲ ಗರ್ಭದ ಕರಿಗಾಳಿಯಂತೆ, ಅಲ್ಲಲ್ಲಿ ಕಡಲ ಸೇರಿಕೊಳ್ಳುವ ರಮ್ಯ ಸೊಬಗಿನ ನದಿಗಳಂತೆಯೂ ಕಾಣಸಿಗುತ್ತವೆ.

ಈ ದೇಶದ ರಾಜಕೀಯ. ಸಾಮಾಜಿಕ ಮತ್ತು ಸಾಂಸ್ಕೃತಿಕ ಬದುಕು ಎಲ್ಲಾ ಕಾಲದಲ್ಲೂ ಜನಸಮುದಾಯವನ್ನು ವಿಂಗಡಿಸುವವರ ದಾಳವಾಗುತ್ತಿವೆ. ಇಂತಹ ಕೃತ್ಯಗಳನ್ನು ವಿರೋಧಿಸುವವರು ದೇಶದ್ರೋಹಿಗಳಂತೆ, ಭಯೋತ್ಪಾದಕರಂತೆ ಕಟಕಟೆಗೋ, ಪ್ರಭುತ್ವವೇ ಹಾರಿಸಲ್ಪಡುವ ಗುಂಡಿಗೋ, ಜೈಲಿಗೋ ತಳ್ಳಲ್ಪಡುತ್ತಾರೆ. ಇದೆಲ್ಲದಕ್ಕಿಂತ ಅಭಿವ್ಯಕ್ತಿ ಸ್ವಾತಂತ್ರ್ಯವನ್ನು ದಮನಿಸಲು ಹೊಸತೊಂದು ಅಸ್ತ್ರ ರೂಪುಗೊಂಡಿದೆ. ಅದು 'ಗುಂಪು ಹತ್ಯೆ'.

ನಿನ್ನಿಷ್ಟ ಬಂದ ಆಹಾರವನ್ನು ತಿಂದಿದ್ದಕ್ಕೆ, ಉಡುಗೆ ತೊಟ್ಟಿದ್ದಕ್ಕೆ, ನಕಲಿ ದೇಶಪ್ರೇಮವನ್ನು ಪ್ರಶ್ನಿಸಿದ್ದಕ್ಕೆ 'ಗುಂಪು ಹತ್ಯೆ' ಎಂಬ ಹೊಸತೊಂದು ಕೊಲ್ಲುವ ಮಾದರಿಯನ್ನು ಸೃಷ್ಟಿಸಲಾಗಿದೆ. ಜಾಗತಿಕ ಕಾಲಘಟ್ಟದಲ್ಲೂ ಹೆಣ್ಣಿನ ಶೋಷಣೆ ಹೊಸತೊಂದು ಬಣ್ಣದ ಪೋಷಾಕು ಧರಿಸಿ ನಿರ್ಲಜ್ಜವಾಗಿ ನಡೆಯುತ್ತಿದೆ. ಮಕ್ಕಳು ಕೂಡ ಧರ್ಮ ಮತ್ತು ರಾಜಕೀಯದ ಕೇಡಿನಲ್ಲಿ ಉರಿದು ಹೋಗುತ್ತಿರುವುದು ಈ ಸಮಾಜದ ನಿರ್ಮಾನುಷತನವನ್ನು ದಾಖಲಿಸುತ್ತದೆ. ಜಾತಿ, ಧರ್ಮ, ದೇಶಪ್ರೇಮ, ತಿನ್ನುವ ಅನ್ನ, ಕುಡಿಯುವ ನೀರು, ಗಾಳಿ ಎಲ್ಲವೂ ಈಗ ರಾಜಕೀಯ ಪ್ರೇರಿತ ಧರ್ಮದ ವಿಷಗಾಳಿಯ ಸೋಂಕಿನಿಂದ ನರಳುವಂತಾಗಿದೆ. ಇವುಗಳನ್ನೇ ಪ್ರಶ್ನಿಸಬೇಕಾಗಿದೆ. ಮುಖಾಮುಖಿಗೊಂಡು ಹೋರಾಡುವುದು ಅಗತ್ಯವಾಗಿದೆ. ಅದರ ಅಭಿವ್ಯಕ್ತಿ ರೂಪವೇ ಈ ಕವಿತೆಗಳು ಎಂದುಕೊಂಡಿದ್ದೇನೆ.

ತನ್ನ ಪಾಡಿಗೆ ತಾನು ಬರೆಯಿಸಿಕೊಂಡು ಮೂಟೆ ಕಟ್ಟಿಕೊಂಡ ಕವನಗಳಿಗೆಲ್ಲಾ ಬಣ್ಣದ ಬಯಲಿನ ಪುಸ್ತಕವಾಗಲು ಪ್ರೇರೇಪಿಸಿದ್ದು 'ವಿಭಾ' ಎಂಬ ಸಾಹಿತ್ಯ ದೀಪ. ನಾಡಿನ ಖ್ಯಾತ ಸಾಹಿತಿ ರಬಕವಿಯ 'ದುಂ. ನಿ. ಬೆಳಗಲಿ ಸಾಹಿತ್ಯ ಪ್ರಶಸ್ತಿ'ಯಿಂದ ಆರಂಭಗೊಂಡ ನನ್ನ ಕವಿತೆಗಳ ಪಯಣ 'ವಿಭಾ ಸಾಹಿತ್ಯ ಪ್ರಶಸ್ತಿ' ಯ ವರೆಗೂ ಬಂದು ತಲುಪಿದೆ. ಈ ಪಯಣದುದ್ದಕ್ಕೂ 'ಲಂಕೇಶ್ ಪತ್ರಿಕೆ', ಗೌರಿ ಲಂಕೇಶ್, ಅಗ್ನಿ, ಪ್ರಜಾವಾಣಿ ಪತ್ರಿಕೆಗಳು, 'ಅವಧಿ' ತಾಣ ಕೊಟ್ಟ ಪ್ರೋತ್ಸಾಹ ಸ್ಮರಣೀಯ. ಹಿರಿಯ ಪತ್ರಕರ್ತರು, ಜೀವಪರ ಬರಹಗಾರರಾದ ಡಿ. ಉಮಾಪತಿ ಸೇರಿದಂತೆ ಅನೇಕ ಹಿರಿಯ–ಕಿರಿಯ, ಸಮಕಾಲೀನ ಸ್ನೇಹಿತರ ಒತ್ತಾಸೆಯಂತೆ ಕವನ ಸಂಕಲನವೊಂದು ರೂಪುಗೊಳ್ಳುವ ಕಾಲ ಬಯಸದೆ ಬಂದ ಸಂಭ್ರಮ ಎನ್ನಬಹುದು. ಪ್ರಶಸ್ತಿ ಕುಣಿವ ಹೆಜ್ಜೆಗೆ ಗೆಜ್ಜೆ ಕಟ್ಟಿದಂತಾಗಿದೆ.

ನನ್ನ ಆತ್ಮವಿಶ್ವಾಸವನ್ನು ಗಟ್ಟಿಗೊಳಿಸಿದ 'ವಿಭಾ' ಬಳಗಕ್ಕೆ ಧನ್ಯವಾದಗಳು. 'ನಂಜಿಲ್ಲದ ಪದಗಳು' ಕವನ ಸಂಕಲನ ಪ್ರಕಟಣೆಯ ಯೋಚನೆ ನನ್ನನ್ನು ಕಾಡುತ್ತಿರುವಾಗ ನೆನಪಾದವರು ನನ್ನನ್ನು ಅಂಕಣದ ಗಾಢ ಬರಹಕ್ಕೆ, ಕವಿತೆಯ ಕಸುವಿಗೆ ಕಟ್ಟಿದ 'ಅವಧಿ' ಯ ಜಿ.ಎನ್.ಮೋಹನ್ ಅವರು. ನನ್ನನ್ನು ಗುರುತಿಸಿ 'ಅವಧಿ'ಯ ಬಳಗಕ್ಕೆ ಬರಸೆಳೆದುಕೊಂಡ ಜಿ ಎನ್ ಮೋಹನ್ ಅವರ 'ಬಹುರೂಪಿ' ಬಳಗವೇ ನನ್ನ 'ನಂಜಿಲ್ಲದ ಪದ'ಕ್ಕೆ ಮೂರ್ತರೂಪವನ್ನೂ

ಕೊಟ್ಟಿದೆ. ಇದೊಂದು ಹೆಮ್ಮೆಯ ವಿಷಯ. ಇದಕ್ಕಾಗಿ ನಾನು ಜಿ ಎನ್ ಮೋಹನ್ ಹಾಗೂ ಶ್ರೀಜಾ ವಿ ಎನ್ ಅವರಿಗೆ ಋಣಿ.

ನನ್ನ ಪದ್ಯ ಪಯಣದಲ್ಲಿ ನೆನೆಯಬೇಕಾದವರ ಸಂಖ್ಯೆ ದೊಡ್ಡದಿದೆ. ಅವೆರಲ್ಲರಿಗೂ ಧನ್ಯವಾದಗಳು. 'ಸ್ಲಂ'ವೊಂದರಿಂದ ಜಿಗಿದು ಬಂದ ಈ ಜೀವಕ್ಕೆ ದಟ್ಟ ಅನುಭವಲೋಕ ಕಟ್ಟಿಕೊಟ್ಟದ್ದು ಅದೇ ನೆಲ. ಸಮುದಾಯದ ತಲೆಮಾರುಗಳು ಬದುಕಿದ ಹಟ್ಟಿಗಳು, ಕೇರಿಗಳು ಕಟ್ಟಿಕೊಟ್ಟ ಕಥನಗಳು ಕೇವಲ ಕಥನಗಳಷ್ಟೇ ಆಗಿರಲಿಲ್ಲ. ಅವು ಅನುಭಾವದ ಪ್ರಭಾವಿತ ಮಹಾನದಿಯೇ ಸರಿ.

ಇಲ್ಲಿ ಬರುವ ಬಹುತೇಕ ಪಾತ್ರಗಳು, ಸನ್ನಿವೇಶಗಳು ಕಾಲ್ಪನಿಕವಲ್ಲ. ಇವು ಎಲ್ಲರಿಗೂ ಸಂಬಂಧಿಸಿದ್ದು, ಎಲ್ಲರನ್ನೂ ಒಳಗೊಂಡಿದ್ದು.

'ನಂಜಿಲ್ಲದ ಪದಗಳು' ನಿಮ್ಮದೇ ನೋವು-ನಲಿವು-ಆಶಯಗಳ ಜೀವನದಿ....

ಎನ್ ರವಿಕುಮಾರ್ ಟೆಲೆಕ್ಸ್

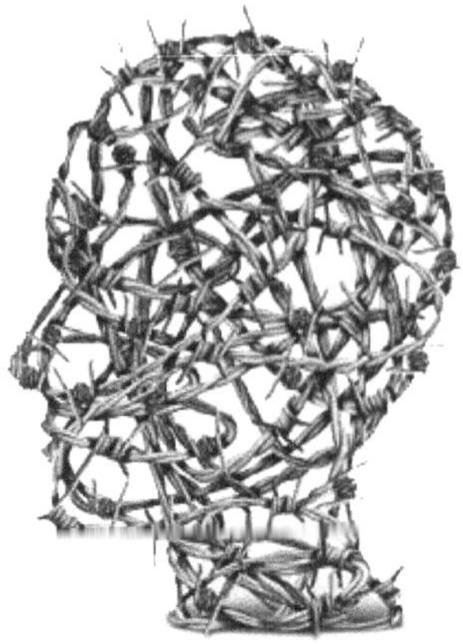

ರವಿಕುಮಾರ್ ಕವಿತೆಗಳು ಹಾಗೂ ವಿಭಾ ಸಾಹಿತ್ಯ ಪ್ರಶಸ್ತಿ

ಪ್ರಸ್ತುತ ಸಂದರ್ಭದಲ್ಲಿ ನಾಡಿನ ತುಂಬೆಲ್ಲ ಹಲವಾರು ಪ್ರಶಸ್ತಿ ಪುರಸ್ಕಾರಗಳಿದ್ದರೂ ನಮ್ಮ ವಿಭಾ ಪ್ರಶಸ್ತಿಗೆ ಅದರದೇ ಆದ ಅನೇಕ ಮೌಲಿಕ ಹೊಳಹುಗಳಿವೆ. ವರ್ಷದಿಂದ ವರ್ಷಕ್ಕೆ ನಾಡಿನ ಬಹುತೇಕ ಕವಿಗಳೆಲ್ಲ ನಮ್ಮ ಸ್ಪರ್ಧೆಯಲ್ಲಿ ಹಾಜರಿ ಹಾಕಿದವರೇ ಆಗಿದ್ದಾರೆ. ಹೀಗೆ ಹಲವು ಬಣ್ಣಗಳಲ್ಲಿ ಒಂದು ವಿಶಿಷ್ಟ ಬಣ್ಣವನ್ನು ಆಯುವ ಕಾರ್ಯ ತೀರ್ಪುಗಾರರಿಗೆ ಸರಳ ಸುಲಭದ್ದಲ್ಲ. ಈ ಸರ್ತಿಯೂ ಅಂತಹ ನೇರ ಪರೀಕ್ಷೆಗಳನ್ನು ಎದುರಿಸಿ, ಸಾಲಿನ ಮೊದಲ ಸ್ಥಾನದಲ್ಲಿ ನಿಂತದ್ದು ಶಿವಮೊಗ್ಗೆಯ ಕವಿ ಹಾಗೂ ಪತ್ರಕರ್ತ ಎನ್. ರವಿಕುಮಾರ್ ಕಳುಹಿಸಿದ ಕವಿತೆಗಳ ಹಸ್ತಪ್ರತಿ.

ನಮ್ಮ ವಿಭಾ ಸಾಹಿತ್ಯ ಸ್ಪರ್ಧೆಗೆ ಇದು ಒಂಬತ್ತನೇ ವರ್ಷದ ಖುಷಿ. ಈಗಾಗಲೇ ಕನ್ನಡದ ಪ್ರಮುಖ ಧಾರೆಯಲ್ಲಿರುವ ಕವಿಗಳಾದ ಡಿ. ಎಸ್ ರಾಮಸ್ವಾಮಿ, ಚನ್ನಪ್ಪ ಅಂಗಡಿ, ಲಕ್ಕೂರು ಸಿ ಅನಂದ, ಕೆ. ಪಿ ಮೃತ್ಯುಂಜಯ, ರೂಪಶ್ರೀ ಕಲ್ಲಿಗನೂರು, ಪ್ರಜ್ಞಾ ಮತ್ತಿಹಳ್ಳಿ, ಮಹಾಂತೇಶ ಪಾಟೀಲ ಮತ್ತು ಎಚ್. ಲಕ್ಷ್ಮೀನಾರಾಯಣ ಅವರುಗಳು ತಮ್ಮ ತೀಕ್ಷ್ಣ ಅಭಿವ್ಯಕ್ತಿಯ ಹಿನ್ನೆಲೆಯಿಂದಲೇ ಸ್ಪರ್ಧೆಯಲ್ಲಿ ವಿಜೇತರಾಗಿ ಕಾವ್ಯಪ್ರಿಯರ ಹಾಗೂ ವಿಮರ್ಶಕರ ಮೆಚ್ಚಿಗೆಗೆ ಪಾತ್ರರಾಗಿದ್ದಾರೆ.

ಈ ಪ್ರಕ್ರಿಯೆಗೆ ಕಾರಣಳಾದ ಕವಿ ವಿಭಾ, ಕಾವ್ಯವನ್ನು ಬದುಕಿನ ಒಂದು ಆಮೂಲಾಗ್ರ ವಿಮರ್ಶೆಯೆಂದೇ ಬಗೆದವಳು. ನಮ್ಮಿಂದ ಹುಟ್ಟುವ ಪ್ರತಿ ಪದಗಳಿಗೆ ಸಾಮಾಜಿಕ ಖಾಯಿಲೆಗಳನ್ನು ಗುಣಪಡಿಸುವ ಚಿಕಿತ್ಸಕ ಶಕ್ತಿಯಿದೆ ಎಂದೇ ನಂಬಿದವಳು. ವಿಭಾ ಎಂದರೆ ಕವಿತೆ, ಕವಿತೆಯೆಂದರೆ ವಿಭಾ ಎನ್ನುವಷ್ಟರ ಮಟ್ಟಿಗೆ ಸಮಕಾಲೀನ ಕನ್ನಡ ಕಾವ್ಯದ ಸಾಲಿನಲ್ಲಿ ಒಂದಾಗಿ ತೋರುವ ಅವಳ ನಿರಂತರ ಸ್ಮರಣೆಗೆ ಈ

ಬಗೆಯ ಕಾರ್ಯವು ಇಂದಿನ ಸಾಹಿತ್ಯಕ ಅಗತ್ಯಗಳಲ್ಲಿ ಒಂದಾಗಿದೆ ಎಂದೇ ನಾವು ಭಾವಿಸಿದ್ದೇವೆ.

ಈ ಸಾಲಿನ ಪ್ರಶಸ್ತಿ ಪಡೆದ ಎನ್. ರವಿಕುಮಾರ್ ಅವರ ಕವಿತೆಗಳು ಜಗತ್ತಿನ ನೋವುಗಳನ್ನು ನಾಜೂಕು ರೂಪಕಗಳಲ್ಲಿ ಹಿಡಿದಿಡುತ್ತವೆ 'ರಂಗೋಲಿ ಸತ್ತು ಮಲಗಿದೆ' ಅನ್ನುವುದೊಂದು ಅದಕ್ಕೆ ತಾಜಾ ಉದಾಹರಣೆ. 'ಈ ಕಾವ್ಯವೇ ಹೀಗೆ/ ಹಡೆದ ಸಂಕಟದಂತೆ ಭಾದಿಸುತ್ತದೆ' ಎನ್ನುತ್ತಾರೆ ಒಂದೆಡೆ, ಹೀಗೆ ರವಿಕುಮಾರ್ ಅವರಿಗೆ ಕವಿತೆಯೆಂದರೆ ಒಡಲ ಕಿಚ್ಚು. 'ಮೋಟು ಗೋಡೆ ಮೇಲೆ /ಕುರುಡು ದೀಪವೊಂದು/ ಈ ಅಪರಾತ್ರಿಯಲಿ/ ಬಿಕ್ಕಿ ಬಿಕ್ಕಿ ಅಳುತ್ತಿದೆ/ ಅಂಗಾತ ಬಿದ್ದ ಹಸಿವ ಕಂಡು' ಎನ್ನುವಾಗಲೆಲ್ಲ ಇವರ ಕವಿತೆಗಳು ಸಮಕಾಲೀನ ವೇದನೆಯ ಕುರಿತು ಮಿಡಿವ ನಾಡಿಯಾಗುತ್ತವೆ. ತಮ್ಮ ನಂಬಿಕೆ ನಿಲುವುಗಳನ್ನು ಆಳವಾಗಿ ಪರೀಕ್ಷಿಸಿಕೊಳ್ಳುವ ಬಗೆಯಲ್ಲಿ ರವಿಕುಮಾರ್ ಕವಿತೆ ಕಟ್ಟುತ್ತಾರೆ. ಈ ರೀತಿಯ ಸಂವಾದ ಸಂಸ್ಕೃತಿಯನ್ನು ಬೆಳೆಸುವ ಹೊಣೆಗಾರಿಕೆ ಕನ್ನಡದ ಇತ್ತೀಚಿನ ಕವಿಗಳ ಹೆಗಲ ಮೇಲಿದೆ ಎಂಬುದಂತೂ ಸತ್ಯ. ಅಂಥದೊಂದು ಆರ್ದ್ರ ಸಂವೇದನೆಯ ಕವಿತೆಗಳ ಆಯ್ಕೆಯು ವಿಭಾ ಬಳಗಕ್ಕೆ ಅತ್ಯಂತ ಖುಷಿ ತಂದಿದೆ.

ಪತ್ರಿಕೆಗಳಿಗೆ ನಾವು ನೀಡಿದ ಸುದ್ದಿಯ ಮೂಲಕ ಈ ವರ್ಷ ಕಳೆದೆಲ್ಲ ವರ್ಷಗಳಿಗಿಂತಲೂ ಅತಿ ಹೆಚ್ಚು ಅಂದರೆ ಸುಮಾರು ಒಂದುನೂರಾ ಎಂಬತ್ತು ಕವಿಗಳು, ರಾಜ್ಯ ಹೊರರಾಜ್ಯ ಹೊರದೇಶಗಳಿಂದಲೂ ಹಸ್ತಪ್ರತಿಗಳನ್ನು ಸ್ಪರ್ಧೆಗೆ ಕಳುಹಿಸಿದ್ದರು. ಅವುಗಳಲ್ಲಿ ಹತ್ತು ಕವಿಗಳ ಹಸ್ತಪ್ರತಿಗಳು ಮೊದಲ ಹಂತದಲ್ಲಿ ಆಯ್ಕೆಯಾದವು. ಈ ಕ್ರಿಯೆಯಲ್ಲಿ ನಾಡಿನ ಕವಿಗಳಾದ ವೀರಲಿಂಗನ ಗೌಡ, ಬಸವರಾಜ ಹೂಗಾರ, ರೇಣುಕಾ ರಮಾನಂದ, ಬಸೂ ಸೂಳಿಭಾವಿ ಮತ್ತು ನಾವಿಬ್ಬರೂ ಸೇರಿ ಕೂತು ತುಂಬು ಆಸಕ್ತಿಯಿಂದ ಓದಿ, ಚರ್ಚಿಸಿ, ಉತ್ತಮ ಕವಿತೆಗಳನ್ನು ಮೊದಲ ಹಂತದಲ್ಲಿ ಆಯ್ಕೆ ಮಾಡಿಕೊಂಡೆವು. ಅಂತಿಮ ಸುತ್ತಿನ ಆಯ್ಕೆಗಾಗಿ ಕನ್ನಡದ ಬಹುಸೂಕ್ಷ್ಮ ಕವಿ ಮತ್ತು ವಿಮರ್ಶಕಿ ಡಾ. ಸಬಿತಾ ಬನ್ನಾಡಿ ಹಾಗೂ ಅತ್ಯುತ್ತಮ ವಿಮರ್ಶಕ ಎಂದೇ ಗುರುತಿಸಿಕೊಂಡ ಡಾ. ಕೆ. ವೈ ನಾರಾಯಣಸ್ವಾಮಿ ಅವರೊಡನೆ ಸಂಪರ್ಕಿಸಿದೆವು. ತಮ್ಮ ವೈಯಕ್ತಿಕ ಓದು ಬರಹ ಭಾಷಣ, ಓಡಾಟದ ನಡುವೆಯೂ ಅವರುಗಳು ತೀರ್ಪುಗಾರರಾಗಿ ಈ ಸ್ಪರ್ಧೆಯ ಯಶಸ್ಸಿಗೆ ಕಾರಣರಾಗಿದ್ದಾರೆ. ಕವಿಗಳ ಹೆಸರೇ ಇಲ್ಲದ ಕೇವಲ ಪರಿಶುದ್ಧ ಕವಿತೆಗಳನ್ನು ಮಾತ್ರ ತಮ್ಮ ಎದುರಿಗಿಟ್ಟುಕೊಂಡು ತೀರ್ಪು ನೀಡಿದ ಅವರು ಕವಿ ಎನ್. ರವಿಕುಮಾರ್ ಅವರ ಕವಿತೆಗಳ ಹಸ್ತಪ್ರತಿಯನ್ನು 2018ನೇ ಸಾಲಿನ ವಿಭಾ ಪ್ರಶಸ್ತಿಗೆ ಆಯ್ದು ಕಳುಹಿಸಿದ್ದಾರೆ. ಈ ಪ್ರಕ್ರಿಯೆಯಲ್ಲಿ ಸಹಭಾಗಿಯಾದ ಅವರಿಬ್ಬರನ್ನು ಅತ್ಯಂತ ಪ್ರೀತಿಯಿಂದ ಸ್ಮರಿಸಿಕೊಳ್ಳುತ್ತೇವೆ.

ಈ ಸ್ಪರ್ಧೆಗೆ ಹಸ್ತಪ್ರತಿಗಳನ್ನು ಕಳುಹಿಸಿ ಸಹಕರಿಸಿದ ಎಲ್ಲ ಕವಿಮಿತ್ರರಿಗೂ, ಸುದ್ದಿಯನ್ನು ಅಷ್ಟೇ ಪ್ರೀತಿಯಿಂದ ಪ್ರಕಟಿಸಿದ ಪತ್ರಿಕೆಯವರಿಗೂ, ಪ್ರಶಸ್ತಿ ಪ್ರಕ್ರಿಯೆಯಲ್ಲಿ ಸಹಕರಿಸಿದ ಎಲ್ಲ ಬಳಗಕ್ಕೂ ಹಾಗೂ ವಿಭಾ ಪುರಸ್ಕೃತ ಕೃತಿ ಓದಲು ಕೈಗೆತ್ತಿಕೊಂಡಿರುವ ನಿಮ್ಮೆಲ್ಲರಿಗೂ ನಮ್ಮದೊಂದು ಆತ್ಮೀಯ ನಮಸ್ಕಾರ.

– ಪ್ರಕಾಶ ಸುನಂದಾ ಕಡಮೆ

(ವಿಭಾ ಪ್ರಶಸ್ತಿ ಸಮಿತಿ ಪರವಾಗಿ)

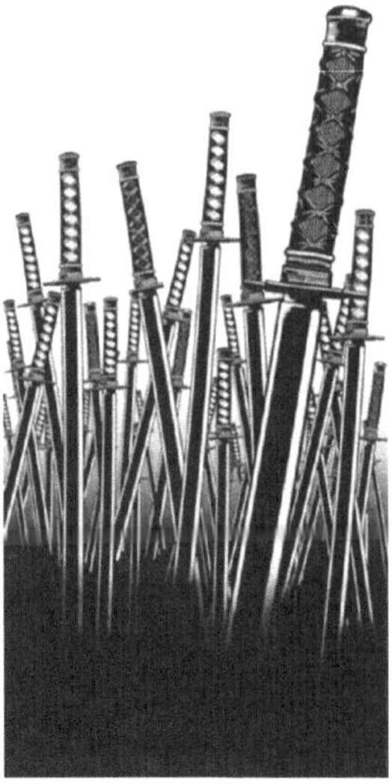

ಕಾಲಕಥನದ ಕವಿತೆಗಳು

ಕವಿ ಮತ್ತು ಸಂಕಲನದ ಹೆಸರಿಲ್ಲದೆ ಕವಿತೆ ಓದುವುದು ಒಂದು ವಿಶಿಷ್ಟ ಅನುಭವ. ಕಾಲವೂ ತಿಳಿಯದೇ ಓದಿದರೆ ಅದು ಮತ್ತೂ ವಿಶೇಷ ಅನುಭವ ನೀಡುವ ಸಾಧ್ಯತೆ ಇದೆ. ಉದಾ: ಇದೇ ಸಂಕಲನದಲ್ಲಿರುವ ನವಿಲಿನ ಕುರಿತ ಕವಿತೆಯ ಹಿನ್ನೆಲೆ ರಾಜಸ್ಥಾನದ ಹೈಕೋರ್ಟ್‌ನ ನ್ಯಾಯಾಧೀಶರ ಬಾಲಿಶ ಹೇಳಿಕೆಗೆ ಪ್ರತಿಕ್ರಿಯೆ ರೂಪದಲ್ಲಿರುವುದು ಥಟ್ಟನೆ ನಮ್ಮ ಅರಿವಿಗೆ ಬಂದು ಬಿಡುತ್ತದೆ. ಆದರೆ ಆ ಹಿನ್ನೆಲೆಯಿಲ್ಲದೆಯೂ ಅದನ್ನು ಓದಬಹುದು ಮತ್ತು ಹಾಗೆ ಓದಿದಾಗಲೂ ಅದು ತನ್ನದೇ ಕೆಲವು ಅರ್ಥಗಳನ್ನು ಬಿಟ್ಟುಕೊಡಬಲ್ಲದು. ಹಾಗೆ ಆದಾಗಲೇ ಅದು ಕವಿತೆ ಅನ್ನಿಸಿಕೊಳ್ಳುತ್ತದೆ. ಇರಲಿ. ಈ ಬಾರಿಯ ವಿಭಾ ಕಾವ್ಯ ಪ್ರಶಸ್ತಿಯ ತೀರ್ಪುಗಾರಳಾಗಿ ಹೀಗೆ ಕವಿಯ ಹೆಸರಿಲ್ಲದೆ ಕವಿತೆ ಓದಿದಾಗ ಅಂತಿಮ ಸುತ್ತಿನ ಹತ್ತು ಹಸ್ತಪ್ರತಿ ಸಂಕಲನಗಳಲ್ಲಿ ವರ್ತಮಾನದ ಆಗುಹೋಗುಗಳಿಗೆ ಪ್ರತಿಸ್ಪಂದಿಸುವ ಒತ್ತಡವು ಮೇಲುಗೈ ಪಡೆದಿದ್ದು ಕಾಣಿಸುತ್ತದೆ. (ಅದರಲ್ಲೂ ಗೌರಿ ಮತ್ತು ಆಸೀಫಾ ಹಲವರ ಕವಿತೆಗಳಲ್ಲಿ ಮಾತನಾಡುವುದು ನಮ್ಮ ವರ್ತಮಾನದ ಕರಾಳತೆಯ ದಾಖಲೆಯಂತೆ ಇರಿಯುತ್ತದೆ.) ನಿಜ, ಪ್ರತಿ ಕವಿಯಲ್ಲೂ ಇದು ಘಟಿಸುತ್ತದೆ. ಆದರೆ ಇದು ಹೇಗೆ ಮತ್ತು ಯಾಕೆ ಘಟಿಸುತ್ತದೆ ಎಂಬುದರ ಮೇಲೆ ಅದರ ಕವಿತ್ವ ನಿರ್ಣಯವಾಗುತ್ತದೆ. ಈ ದೃಷ್ಟಿಯಿಂದ, ಒಂದು ದಟ್ಟ ವಿಷಾದದ ನಡುವೆಯೂ ಗಾಢವಾಗಿ ಹೇಳ ಹೊರಡುವ ರವಿಕುಮಾರ್ ಕವಿತೆಗಳು ಒಂದು ಹೆಜ್ಜೆ ಮುಂದೆ ನಿಂತಿದೆ. ಹಾಗೆ ನೋಡ ಹೋದರೆ ರವಿಕುಮಾರರ ಹೆಚ್ಚಿನ ಕವಿತೆಗಳು ಹೆಣ್ಣೊಡಲ ಆರ್ತನಾದವನ್ನು ದಾಟಿಸುತ್ತಿರುತ್ತವೆ. ಇದು ಹೆಣ್ಣುಮಗಳೇ ಬರೆದದ್ದಿರಬೇಕು ಎಂಬ ಭಾವ ಮೂಡಿಸುವಂತೆ ಈ ಕವಿತೆಗಳು ಇರುವುದು ಕವಿತೆಯ ಯಶಸ್ಸೂ ಕೂಡ ಹೌದು.

ಇಲ್ಲಿನ ಎಲ್ಲಾ ಕವಿತೆಗಳಲ್ಲೂ ಒಂದೆಡೆ ಸುತ್ತಲಿನ ಸಂಗತಿಗಳ ಕ್ರೌರ್ಯದೆಡೆಗೆ ಕಟುವಾದ ನುಡಿಗಳು ಒಡಮೂಡುತ್ತಲೇ ಜೊತೆಗೇ ಅವುಗಳಿಗೊಂದು ಹೊರಳುದಾರಿಯ ಹುಡುಕಾಟವೂ ಇದೆ. ಮೊದಲ ಕವಿತೆ 'ಅಪ್ಪ', ಅಪ್ಪನನ್ನು ಪರಿಚಯಿಸುತ್ತಲೇ ಅವನ ಬದುಕೇ ಒಂದು ಉತ್ತರವೂ ಆಗುವುದನ್ನು ಸೂಚಿಸುತ್ತದೆ. ಬಡತನವೆಂಬುದು ಹಾಸಿ ಹೊದ್ದುಕೊಂಡಿರುವಾಗಲೂ ಅದು ಇನ್ನೊಬ್ಬರನ್ನು ದ್ವೇಷಿಸಲಿಲ್ಲ, ಹರಿದು ಮುಕ್ಕಲಿಲ್ಲ ಎಂಬೆಡೆಗೆ ಓದುಗರ ಗಮನಸೆಳೆಯ ಹೊರಡುವುದು ಬಡತನದಲ್ಲೂ ಘನತೆ ಕಳೆಯಲಿಲ್ಲ ಎಂಬುದನ್ನು ಮಾತ್ರ ಹೇಳುತ್ತಿರುವುದಿಲ್ಲ. ಬದಲಿಗೆ, ಸಿರಿತನವು ಘನತೆಯನ್ನೂ ಮಾರಾಟಕ್ಕೆ ಇಟ್ಟಿರುವುದನ್ನು ವ್ಯಂಗ್ಯವಾಗಿಸುತ್ತದೆ. ಇಷ್ಟಾಗಿಯೂ ಈ ಕವಿತೆಯ ಕೊನೆಯ ಪ್ಯಾರಾದ ಕೆಲವು ಸಾಲುಗಳನ್ನು ಕತ್ತರಿಸಿದ್ದರೆ ಅದು ಇನ್ನಷ್ಟು ಧ್ವನಿ ಪೂರ್ಣವಾಗಿರುತ್ತಿತ್ತು ಎಂಬುದೂ ನಿಜವೇ.

ಪ್ರೀತಿಯ ಮುಲಾಮು ಈ ಭೂಮಿ ಮೇಲೆ ಏಕೆ ಕಳೆದಿದೆ ಎಂಬ ಅನ್ವೇಷಣೆಯೊಂದು ಇಲ್ಲಿದೆ. ಕೊಂದವನು ಎದುರು ಬಂದರೂ ಅವನನ್ನೇ ಸಂತೈಸಬಲ್ಲ ಗೌರಿ ಇಲ್ಲಿ ರೂಪಕವಾಗುತ್ತಾಳೆ. ಬುದ್ಧ ಮತ್ತೆ ಮತ್ತೆ ಮರುಕಳಿಸುತ್ತಾನೆ. ಕೊಲ್ಲ ಬಂದವರಿಗೆ 'ಸ್ವಲ್ಪ ಇರಿ, ನಿಮ್ಮ ಕೈ ಕತ್ತಿಗಳನ್ನು ತೊಳೆದು ಮುತ್ತಿಡುತ್ತೇನೆ' ಎನ್ನುತ್ತಲೇ 'ಒಂದೇ ಏಟಿಗೆ ತುಂಡರಿಸಿಬಿಡಿ... ಇಲ್ಲವಾದರೆ... ನಿಮ್ಮತ್ತ ನನ್ನ ಕಣ್ಣುಗಳು/ ಮತ್ತದೇ ಕನಿಕರದಿಂದ ನೆಟ್ಟುಬಿಟ್ಟರೆ ನೀವು 'ನೀವಾಗಿರಲಾರಿರಿ' (ಬನ್ನಿ ನನ್ನ ಕೊಂದು ಬಿಡಿ) ಎನ್ನುವಲ್ಲಿ ಕೊಲ್ಲುವವರ ಬಗೆಗೆ ಸಿಟ್ಟಿಗಿಂತಲೂ ಅವರಿಗೆ ಸಿಕ್ಕಿರುವ ಬದುಕಿನ ತರಬೇತಿಯ ದೋಷದ ಕಡೆಗೇ ಕವಿಯ ಗಮನವಿದೆ. ಮತ್ತು ಅದನ್ನು ಬದಲಿಸಬೇಕು ಎಂಬ ಹಂಬಲವೂ ಇದೆ. ಹೀಗಾಗಿ ಕವಿತೆ ಎಂಬುದು ಒಡಲ ಸಂಕಟಕ್ಕೆ ಹೊರದಾರಿ ಮಾತ್ರವಲ್ಲ, ಅದು ಪರ್ಯಾಯದ ತೋರು ಬೆರಳು ಕೂಡ ಹೌದು ಎಂಬ ನಂಬಿಕೆ ಕವಿಗೆ ಗಾಢವಾಗಿ ಇರುವಂತಿದೆ. ಆದರೆ ಇದೇ ನಂಬಿಕೆ ಕವಿಗೆ ಲೋಕ ಪೊರೆಯುವವನೆಂದು ಲೋಕ ನಂಬಿರುವ ದೇವರೆಡೆಗೆ ಇದ್ದಂತೆ ಕಾಣುತ್ತಿಲ್ಲ. ಹೀಗಾಗಿ ಮತ್ತೆ ಮತ್ತೆ – ಹೆಚ್ಚೂ ಕಡಿಮೆ ಎಲ್ಲ ಕವಿತೆಗಳಲ್ಲೂ ದೇವರ ಉಲ್ಲೇಖ ಬರುತ್ತದೆ. ದೇವರೆಂಬುದು ಸಾಕ್ಷಿಯೇ? ಮೂಕ ಸಾಕ್ಷಿಯೇ? ನಂಬಿಕೆಯೇ? ಕೈದುವೇ? ಎಂಬ ಅನುಮಾನಗಳು ಕವಿಯನ್ನು ಕಾಡುತ್ತದೆ. ಜನರ ಮುಗ್ಧ ನಂಬಿಕೆಯ ಮೇಲೆ ಆಗುತ್ತಿರುವ ದಾಳಿಯ ಬಗೆಗೆ ತಣ್ಣನೆಯ ಆಕ್ರೋಶದ ಜೊತೆ ಜೊತೆಗೇ ದೇವರು ಏನೂ ಮಾಡುತ್ತಿಲ್ಲವಲ್ಲ ಎಂಬ ಅಸಹಾಯಕತೆಯೂ ಇಲ್ಲಿ ಕೆಲಸ ಮಾಡಿದಂತಿದೆ. ಒಂದು ರೀತಿಯಲ್ಲಿ ಇದು ಪ್ರಜೆಗಳನ್ನು ಪೊರೆಯಬೇಕಾಗಿದ್ದ ಸರ್ಕಾರಗಳ ನಿಷ್ಕ್ರಿಯತೆಯ ರೂಪಕದಂತೆ ಕಾಣಿಸುತ್ತದೆ. ಆಯ್ಕೆಯಿಲ್ಲದ ಸ್ಥಿತಿಯಲ್ಲಿ ಮರಳಿ ಮರಳಿ ಅವರಿಗೇ ಮೊರೆಯಿಡುವಂತಾಗಿರುವುದು ಭಕ್ತರ ಸ್ಥಿತಿಗಿಂತ ಭಿನ್ನವಲ್ಲ ಎಂಬಂತೆ ಇದು ಧ್ವನಿಸುತ್ತದೆ. ಒಮ್ಮೊಮ್ಮೆ ಕವಿಗೆ ದೇವರ ಮೇಲೇ ಮರುಕ ಬರುವುದೂ ಇದೆ. 'ಹತ್ತಾರು ಜನರ ರಣಕೇಕೆ ಕತ್ತಿ – ಹತಾರಗಳು/ ರಣಘೋಷಗಳು/ ಆ ಹೂವು ಒಂದಿನಿತೂ ಎದುರಾಡದೆ/ ನಕ್ಕು ಒಡಲೊಡ್ಡಿತ್ತು./ ಚಿಲ್ಲೆಂದು ರಕ್ತ ಚೆಲ್ಲಾಡಿತು/ ನೆರೆಯ ದೇವರು ಕೌದಿ ಹೊದ್ದು ಮಲಗಿದ್ದ' ಎನ್ನುವ ಕವಿ ಮರುಕ್ಷಣದಲ್ಲಿ– 'ಇನ್ನೂ ಕಳೆಗುಂದಿಲ್ಲ/ ಅದೇ ದಿವ್ಯ ನಗೆಯಲ್ಲೇ ನರಳುತ್ತಿದೆ/ ಶಿಲುಬೆಯೊಂದು ಬಿಕ್ಕಳಿಸುತ್ತಿದೆ./ ಗೋಪುರದ ಗಂಟೆ ಸದ್ದಡಗಿದೆ/ ಬುರುಜಿನ ತುತ್ತ ತುದಿಯ ಚಂದ್ರ/ ಕಂಗಾಲಾಗಿದ್ದಾನೆ' (ಬನ್ನಿ ಮಣ್ಣಿಗೋಗೋಣ) ಎನ್ನುವಲ್ಲಿ ಇದನ್ನು ಗಮನಿಸಬಹುದು. 'ದೇವರ

ಕೋಣೆಯಲ್ಲಿ ನಾನು ಉಸಿರುಗಟ್ಟಿದ್ದೆ' ಎಂಬ ಆಸೀಫಾಳ ನುಡಿ ಇದರ ಆತ್ಯಂತಿಕ ರೂಪವಾಗಿ ಕಾಡುತ್ತದೆ.

ಕೊನೆಯಿಲ್ಲದ ಈ ಕ್ರೌರ್ಯಗಳ ನಡುವೆ ಪ್ರೀತಿಯ ಹುಡುಕಾಟದ ಹಾದಿಯಲ್ಲಿ ನೆತ್ತರು ಚೆಲ್ಲಿದೆ ಎಂಬ ವಿಷಾಧ ಕವಿಯನ್ನು ಆವರಿಸಿಕೊಂಡಿದೆ. ಹೀಗಾಗಿ ಇಂತಹ ಚಿತ್ರಣಗಳು ಸಂಕಲನದುದ್ದಕ್ಕೂ ಮರುಕಳಿಸುತ್ತವೆ. ತಾನು ತರುವ ಸೂಜಿಮಲ್ಲಿಗೆ ದಂಡೆಗಾಗಿ ಕಾಯುತ್ತಿರುವ ಸಖಿಯನ್ನು ಭೇಟಿಯಾಗುವುದಕ್ಕಿಂತಲೂ ನ್ಯಾಯ ಕೇಳಲು ಹೋಗುವುದೇ ತನ್ನ ಆದ್ಯತೆಯಾಗಿದ್ದು ಅದಕ್ಕೆ ತನ್ನ ಸಖಿ ಸಾಥ್ ಕೊಡಬೇಕೆಂಬ ನಿರೀಕ್ಷೆಯೂ ಇಲ್ಲಿದೆ.

ಹೌದು, ಇದು ಕಾಲ ಕಥನ. ಇದೇ ಕಾಲದಲ್ಲಿ ಇನ್ನೊಂದೆಡೆ ಜನ ಎಲ್ಲ 'ಸುಭಿಕ್ಷವಾಗಿದೆ' ಎಂದು ನಂಬಿ ಮನರಂಜನೆಯಲ್ಲಿ ಮುಳುಗಿದ್ದಾರೆ. ಶೋಷಿತರೇ ಶೋಷಕರನ್ನು ಪೊರೆಯುವ ಕಾಲದಲ್ಲಿ ನಾವಿದ್ದೇವೆ. ಹೀಗಾಗಿ ಇಲ್ಲಿ ಕವಿತೆಯೂ ನೋವಿನಲ್ಲಿ ಅದ್ದಿ ಕುಳಿತಿದೆ. ಇದು ಶೋಷಿತರ ಕಿವಿಯನ್ನು ತಲುಪಬಲ್ಲುದೇ? ಹಾಗೆ ತಲುಪುವುದಕ್ಕೆ ಬಹುಲಯದ ಅನ್ವೇಷಣೆಯೂ ಬೇಕಾಗಬಹುದು. ಕವಿತೆಯ ಏಕತಾನದ ಲಯ ಕವಿತೆಯ ಉದ್ದೇಶವನ್ನು ಪೂರೈಸದೇ ಹೋಗಬಹುದು. ವೇದನೆಯು ಸಂವೇದನೆಯಾಗಿ ದಾಟಬೇಕೆಂದಾದರೆ ಅದರ ಮಿಡಿತವು ಕೂಡ ಬಹುಮುಖತೆ ಸಾಧಿಸಬೇಕು. ಇದು ನನ್ನನ್ನೂ ಸೇರಿಸಿಕೊಂಡು, ನಮ್ಮೆಲ್ಲರ ತುರ್ತು ಕೂಡ ಹೌದು. ಇದು ರವಿಕುಮಾರ್ ಕವಿತೆಗಳ ಬಗೆಗಿನ ಮಾತಷ್ಟೇ ಅಲ್ಲ. ಸ್ಪರ್ಧೆಗೆ ಬಂದ ಎಲ್ಲ ಸಂಕಲನಗಳ ಹಿನ್ನೆಲೆಯಲ್ಲಿ ಹುಟ್ಟಿದ ಮಾತು. ನಮ್ಮ ಈ ಪ್ರಯತ್ನಕ್ಕೆ ಪ್ರಕೃತಿಯ ವೈವಿಧ್ಯದೆಡೆಗೆ ಮತ್ತು ನಮ್ಮ ಹಿರೀಕರೆಡೆಗೆ ಸಹಾಯ ಹಸ್ತ ಚಾಚುವುದೊಂದೇ ನಮಗುಳಿದಿರುವ ದಾರಿ ಅಂತಲೂ ಅನ್ನಿಸುತ್ತಿದೆ. ವಿಭಾ ಪ್ರಶಸ್ತಿಗಾಗಿ ರವಿಕುಮಾರ್‌ರಿಗೆ ಅಭಿನಂದನೆಗಳು.

– ಸಬಿತಾ ಬನ್ನಾಡಿ

ನಂಜಿಲ್ಲದ ಸಾಲುಗಳು...

ಅಪ್ಪ

ಸೋಗೆ ಹುಲ್ಲಿನ ಸೂರಿಗಿಟ್ಟ ದೋಣಿ
ತುಂಬಿ ಒಳ ಚೆಲ್ಲುತ್ತಿದೆ
ತೂತು ತಗಡಿನ ಕಂಡಿ ಕಂಡಿಗಳಲ್ಲಿ
ಇಳೆ ಬಿದ್ದ ಬೆಳಂದಿಂಗಳ ಬೆಳಕಿನರಮನೆ
ಬೆಂಕಿ ಕಾಣದ ಒಲೆಯೊಳಗಿನ ಬೂದಿಯೊಳಗೆ
ಮಿಯ್ಯಾಂವ್‌ಗುಟ್ಟದ ಬೆಕ್ಕು ವಿರಾಜಮಾನ
ದದ್ದಾದ ಮಡಿಕೆ ನಗ್ಗಿಹೋದ ಸಿಲ್ವರ್ ತಟ್ಟೆ...
ತಗ್ಗುಬಿದ್ದ ನೆಲ
ಹರಿದ ರಗ್ಗಿನೊಳಗೆ ಮಾಡು ನೋಡುತಾ...
ಕುಳಿತ ನೀ ನನ್ನ ನವಾಬ

ಸತ್ತ ದನ ಹೊತ್ತ ಹೆಗಲು
ಸವೆ... ಸವೆದು ಸಾವಾಗಿದೆ
ಕೂಳಿನ ಗೀಳಿಲ್ಲದೆ ಹೊಟ್ಟೆ ಕಿಬ್ಬೊಟ್ಟೆಗೆ ಸೇರಿದೆ
ಗುದ್ದಲಿ ಪಿಕಾಸಿ ಮಣ್ಣೆಂಟೆಗಳೊಂದಿಗೆ
ದಿನ ದಿನವೂ... ಕಾದಾಟ
ಕಾಳುಕಡಿ... ಉಪ್ಪು ಮೆಣಸು... ಸತ್ತ ದನದ ಬಾಡು
ಅಂಗೈಯಗಲ ಪಂಚೆ ಮೂಲೆಗೆ ಗಂಟಿಕ್ಕಿಕೊಂಡು
ನೂರು ತೇಪೆಗಳ ಪಟ್ಟೆ ಪಟ್ಟೆ ಚಡ್ಡಿಯೊಳಗೆ
ನನ್ ಹಟ್ಟಿಯೊಳಗೆ ತಟ್ಟಾಡಿ...
ತಾಕಲಾಟದ ರಾಜಠೀವಿ
ನೀ ನನ್ನ ದಳವಾಯಿ

ಹಠಕ್ಕೆ ಬಿದ್ದವನಂತೆ ಕಾಸಿದ್ದವರ ಮುಂದೆ ಕೈವೊಡ್ಡಿ
ಸಂತೆಯೊಳಗಿನ ಬಣ್ಣದ ಅಂಗಿ ಉಡಿಸಿ
ಅರೆ ಪಾವು ಹಿಟ್ಟು ಬೇಳೆಗೆ ಬೆಲ್ಲ ತಟ್ಟಿ
ಉಗಾದಿಯ ಬೇವು ಬೆಲ್ಲ ತೀಡಿ
ಮಾರಿಗೊಂದು ಹೋರಿ ಕಡಿದು
ಹೆಂಡದ ಜೊತೆ ನೆಂಟರಿಷ್ಟರ ನಂಟು
ಹರಿಗೋಲಿಲ್ಲದ ಹರಿದ ದೋಣಿಗೆ
ನೀ ನಾವಿಕ

ಸ್ಲೇಟು-ಬಳಪ ಮಗ್ಗಿಪುಸ್ತಕ ಒಂದೊಂದೇ ತಂದಿಟ್ಟು
ಸಗಣಿ ಬಳಿದ ಕೈಯೊಳಗೆ ಮುಖ ಒರೆಸಿ
ತಂಗಳಿಟ್ಟಿನ ಗಂಜಿ ಕುಡಿಸಿ
ಅಕ್ಷರ ಛತ್ರಕ್ಕೆ ತಂದು ನೂಕಿದೆಯೆಲ್ಲಾ...
ಸೇರಿನ ಮೇಲಿಟ್ಟ ಚಿಮಣಿ ಬುಡ್ಡಿಯ
ಹೊಗೆ ಬೆಳಕಲ್ಲಿ ತೊದಲು ಪದಗಳೇಳುವಾಗ
ಹರಿದ ರಗ್ಗಿನೊಳಗೆ ಹಿರಿ...ಹಿರಿ...ಹಿಗ್ಗುತಾ
ಒಂದರ ಮೇಲೊಂದು ಬೀಡಿ ಬಾಯಿಗಿಟ್ಟು
ಸೋರುವ ಸೂರಿಗೆ
ಬೆಳಕಿನ ಕೋಲಿಗೆ ಮೈವೊಡ್ಡಿ
ಪರಿವಿಲ್ಲದೆ ಬೆಚ್ಚನೆಯ
ನಿದ್ದೆಗೆ ಜಾರುವ
ನೀನೊಬ್ಬ ಕನಸುಗಾರ...

ದೇವರು-ಧರ್ಮಗಳ ಗೊಡವೆ ನಿನಗಿಲ್ಲ
ಕಲ್ಲೊಡೆದ ಕಿಡಿಗೇಡಿತನವಿಲ್ಲ, ಕೊಂದ ಪಾಪವಿಲ್ಲ.
ಹಗೆತನದ ಹಠವಿಲ್ಲ
ಧರ್ಮ ದ್ವೇಷಿಸಿ ಗೊತ್ತಿಲ್ಲ, ಜಾತಿ ಮಾಡಿ ಮೆರೆದಿಲ್ಲ
ಬಡಕಲು ಮೈಮೇಲೆ ಲಾಠಿ-ಬೂಟುಗಳ ಮೆರವಣಿಗೆ
ಬೆಂದ ಒಡಲು
ಹೊತ್ತು ಅನ್ನಕ್ಕೆ ಸುರಿದ ಬೆವರು
ಲಾಠಿ-ಬೂಟಿಗೆ ಹರಿದ ನೆತ್ತರು
ಆದರೂ ಕೇಡಿಲ್ಲ
ನೀ ನನ್ನ ಶಾಂತಿಧೂತ!

ನನ್ನ ಪರಿಚಯ

ಮತ್ತೆ ದೀಪಗಳು ಹೊತ್ತಿಕೊಂಡವು
ಮುಂಬಾಗಿಲ ಸಜ್ಜೆಗೆ ಬಣ್ಣ ಬಣ್ಣದ
ಆಕಾಶ ಬುಟ್ಟಿಗಳನ್ನು ತೂಗು ಬಿಡಲಾಗಿದೆ
ಝುಗಮಗಿಸುವಂತೆ
ಮಲ್ಲಿಗೆ ಹೂವು ದಂಡೆಗಳು ಕೋಣೆ ಸೇರಿಕೊಂಡಿವೆ
ಕತ್ತಲನ್ನು ಉನ್ಮತ್ತಿಸುವಂತೆ ಮಂದ ಬೆಳಕು
ನಾನಿನ್ನೂ ರೆಡಿಯಾಗಿಲ್ಲ
ಹಜಾರದಲ್ಲಿ ಸಾಲು ನಿಂತಿದ್ದಾರೆ ಅವರಿಗೀಗ ಹೊಸದೊಬ್ಬಳು
ಹಾದರಗಿತ್ತಿಗೆ ಮೊಹರು ಒತ್ತುವ ಉತ್ಸಾಹ

ದಟ್ಟ ಕಡುಗಪ್ಪಿನ ತುರುಬಿನಲ್ಲಿ ಹೆಣಿಗೆ ಸಿಕ್ಕುಬಿಡಿಸುವುದು ಮುಗಿದಿಲ್ಲ
ಅವನು ಮನಬಂದಂತೆ ಬೆರಳಾಡಿಸಲು
ಮದ ಏರಿ ಹಿಡಿದೆಳೆದು ಜುಮ್ಮಿರಿದು
ಎಳೆ ಎಳೆ ಹೆರಳು ಹಾಸಿಗೆ ತುಂಬೆಲ್ಲಾ
ಚೆಲ್ಲಾಡಲು ಸಲೀಸು ಮಾಡಿಕೊಡಬೇಕಿದೆಯಲ್ಲಾ,
ಕೆನ್ನೆ–ತುಟಿಗಳು ಇನ್ನೂ ಈಗಷ್ಟೇ ಅರಳಿದ ದೇವಪುಷ್ಪಗಳಿಂತಿವೆ ನಿಜ,
ಆದರೂ ಅವು ಇನ್ನಷ್ಟು ಮೆತ್ತಗೆ, ದಪ್ಪಗೆ, ಕೆಂಪಗೆ ಕಾಣಲು
ಸ್ನೋ, ಪೌಡರ್, ತುಟಿಬಣ್ಣ ಮೆತ್ತಿಕೊಳ್ಳಲೇಬೇಕು
ಅವುಗಳಿಗಿಂದು ನೋವನ್ನು ಪರಿಚಯಿಸಬೇಕಿದೆ
ಗಂಧದುಡಿಯ ಪರಾಗವನ್ನು ಚಿಮುಕಿಸಿಕೊಳ್ಳಬೇಕು
ಅವನ ಬೆವರ ಗಟಾರ ಘಮಲನ್ನೂ ಸುಗಂಧಗೊಳಿಸಲು
ಕಪ್ಪನ್ನು ರೆಪ್ಪೆಗಳಿಗೆ ತೀಡಿ ಇನ್ನಷ್ಟು ತಾಜಾಗೊಳಿಸಬೇಕು
ಮಿಂಚು ಮಿಣುಕಿನ ಸೀರೆ ಒಂದರಗಳಿಗೆಯಾದರೂ ಇರಲಿ

ಉಳಿದಂತೆ ಬೆತ್ತಲಾಗುವುದು ಇದ್ದಿದ್ದೇ.
ಅವನಿಗಿಷ್ಟವಂತೆ.

ಮಬ್ಬುಗತ್ತಲಲ್ಲಿ ಕಣ್ಣಿಗೆ ಕಣ್ಣು ನೆಟ್ಟು ನೋಡಲಾರದವನ
ಕಣ್ಣುಗಳೆಲ್ಲಾ ಹೆಣ್ತನದ ಅಂಗ-ಅವಯವಗಳ ಮೇಲೆಯೇ
ಹರಿದಾಡುತ್ತಿವೆ
ಹೂವುಗಳು ಕಪ್ಪಿಡಬೇಕು ಮಗ್ಗುಲಿಗೆ ಸಿಲುಕಿ
ನರಳಬೇಕು ಅವನು ಇನ್ನಷ್ಟು ಉನ್ಮತ್ತಗೊಂಡು
ಹೊರಳಾಡಲು
ಸುರತ ರಾತ್ರಿಯಲ್ಲಿ ಸುರಿದುಹೋದ ಕಣ್ಣೀರಿನ
ಪರಿಚಯ ಅವನಿಗೆ ಬೇಕಿಲ್ಲ
ಎದೆಯಲ್ಲಿ ಮಡುಗಟ್ಟಿದ್ದ ಹಾಡು ಹಿತವೆನಿಸಿಲ್ಲ
ಅವನೀಗ ಸೊಕ್ಕಿ ಸೊಲ್ಲಡಗಿ ಬೆನ್ನು ತಿರುಗಿಸಿದ್ದಾನೆ.
ತೇಗಿ ತಣಿದು ಬಣ್ಣ ಬಣ್ಣದ ನೋಟುಗಳ ತೂರಿದ್ದಾನೆ.
ಬಟ್ಟೆ ಹುಡುಕಾಡುವ ಹೊತ್ತಿಗೆ ಕೈಗೆ ಸಿಕ್ಕವನ್ನೆಲ್ಲಾ
ಜೋಡಿಸಿಕೊಂಡಿದ್ದೇನೆ: ಕಣ್ಣೀರಿನಲ್ಲಿ ನೆಂದಿವೆ
ಭಾವಣಿಯಲ್ಲಿ ಒಣ ಹಾಕಿದ್ದೇನೆ.

ಪೇಟೆಯಲ್ಲಿ ಜನಜಂಗುಳಿ ನೆರೆದಿತ್ತು
ನನ್ನನ್ನು ಕೊಂಡಾಡಲಾಗುತ್ತಿತ್ತು. ಮೆರವಣಿಗೆಯೂ ಇತ್ತು
ಅವನಿದ್ದ, ಅವನಂತೆ ಹಲವರಿದ್ದರು
ನನಗಾಗಿ ನ್ಯಾಯ ಕೇಳಲಾಗುತ್ತಿತ್ತು
ನಕ್ಕು ಕಿಟಿಕಿ ಮುಚ್ಚಿದೆ
ಮತ್ತೆ ದೀಪಗಳು ಹೊತ್ತಿಕೊಂಡವು
ಹಜಾರದಲ್ಲಿ ಸಾಲು ನೆರೆದಿತ್ತು...

ಕ್ಷಮಿಸು ಕಂದಾ

ಆ ಜೀವಗಳ ಎದೆ ಬಗೆದು, ನೆತ್ತಿ ಸೀಳಿದ ಕಾಡತೋಪುಗಳು
ತಲವಾರು, ಕೊಡಲಿ
ಕತ್ತಿ - ಈಟಿಗಳ ರಕ್ತ ತೊಳೆಯಲು
ಮ್ಯಾನ್ಮಾರ್‌ನ ನದಿಗಳಲ್ಲಿ ನೀರಿಲ್ಲ.
ಅಲ್ಲೀಗ ರಕ್ತ ಮಾತ್ರ ಹರಿಯುತ್ತಿದೆ.

ಬುದ್ಧನ ಬಾಯಿಗೆ ಬಟ್ಟೆ ತುರುಕಿ
ಕಣ್ಣುಗಳನ್ನು ಇನ್ನಷ್ಟು ಬಿಗಿದು ಮುಚ್ಚಲಾಗಿದೆ
ರಣ ಕೇಕೆ ಕೇಳದಂತೆ ಕಿವಿಗೆ
ನಿಗಿನಿಗಿಸುವ ಸೀಸ ಸುರಿಯಲಾಗಿದೆ...

ನಿದ್ದೆಯಲ್ಲಿದ್ದವರ
ತರಿದು-ತಲೆ ಹರಿದು
ಕೊರಳಿಗೆ ಧರಿಸಿದ
ಕರುಳು ಕೂಡ
ದಿವ್ಯ ಶಾಂತಿಯ ಉಸುರುವಂತೆ
ಮಿಸುಕಾಡದೆ ಮಲಗಿದೆ
ಅಲ್ಲೀಗ ಉಳಿದಿದ್ದು
ಮಸಣ ಮಂತ್ರವೊಂದೆ.

ಮಿನಾರಿನ ಮೇಲಿನ
ಚಂದ್ರ ರಕ್ತ ಮುಕ್ಕಳಿಸಿದ
ಶಿಲುಬೆಯಲ್ಲೀಗ ಜೋಗುಳವ

ಮೊಳೆ ಹೊಡೆದು ತೂಗು ಬಿಡಲಾಗಿದೆ.

ಈ ನರಹತ್ಯೆಯ
ಪದ್ಯವಾಗಿಸಿ ಹಂಚಲು ಹೊರಟೆ
ಮತ್ತೆ ಆಕ್ರಂದನ ಕೇಳಿತು
ತಲೆ ಎತ್ತಿ ನೋಡಿದೆ
ಬರೆದ ಪದ್ಯವೇ ಕೊರಳ
ಹರಿದುಕೊಂಡು ಜೀವ ಬಿಟ್ಟಿತ್ತು.
ನಾನೀಗ ಬುದ್ಧನ ಹುಡುಕ ಹೊರಟಿದ್ದೇನೆ
ಬರುವಿರೆಂದಾದರೆ...
ಬೊಗಸೆ ಪ್ರೀತಿಯ ಜಲ ತನ್ನಿ.
ಕೊಂದು ದಣಿದವರ ಕೈ ತೊಳೆದು
ದಾಹ ತೀರಿಸಬೇಕಿದೆ.
ಹಿಡಿ ಮುಷ್ಟಿ ಹೂಗಳ ತನ್ನಿ
ಮಣ್ಣಲ್ಲಿ ಮಲಗಿರುವ ಕಂದಮ್ಮಗಳ
ಪುಟ್ಟ ಪಾದಗಳಿಗಿಟ್ಟು
ಕ್ಷಮೆ ಕೋರಬೇಕಿದೆ.

ಬನ್ನಿ ನನ್ನ ಕೊಂದು ಬಿಡಿ..

ಸ್ವಲ್ಪ ಇರಿ,
ನಿಮ್ಮ ಕೈ-ಕತ್ತಿಗಳನ್ನು ತೊಳೆದು ಮುತ್ತಿಡುತ್ತೇನೆ.
ಹಿತ್ತಲಲ್ಲಿ ಈ ರಾತ್ರಿಯಷ್ಟೇ
ನಕ್ಕ ಹೂವಗಳ ತಂದು
ಮುಡಿಸುತ್ತೇನೆ
ಕ್ರೌರ್ಯ ತುಂಬಿದ ಕಣ್ಣುಗಳಿಗೆ
ಅರೆಗಳಿಗೆ ಪ್ರೀತಿ ಉಣಿಸುತ್ತೇನೆ ॥ ಬನ್ನಿ ॥

ನಾನು ಅವರ್‍ಯಾರಿಗೂ ಕಣ್ಣೀರಿಡಬೇಡಿ
ಎಂದು ಫರ್ಮಾನು ಹೊರಡಿಸಿದ್ದೇನೆ
ಈಗಾಗಲೆ.
ಅವರೂ ಕಾದಿದ್ದಾರೆ. ಬಿಳಿ ಬಟ್ಟೆ ಎಳೆ ಬಿದಿರ ತಂದಿಟ್ಟುಕೊಂಡು
ತಮಟೆ ಕಾಯಿಸುತ್ತಿದ್ದಾರೆ.
ಅವರದ್ದೂ ಅದೇ ಕೆಲಸ 'ನಿಮಗೂ' ಬೇಕಾಗುತ್ತಾರೆ.
ಅವನು ಪೆನ್ನಿಗೆ ರಕ್ತ – ಕೀವು ತುಂಬಿಕೊಂಡು
ನಿಮಗಿಂತಲೂ ತಹತಹಿಸಿ ಕುಂತಿದ್ದಾನೆ ಚರಿತ್ರೆ ಬರೆಯಲು.
ನಿಮ್ಮನ್ನು ಅಜರಾಮರರಾಗಿಸಿ ಅವನು ಸ್ವರ್ಗ ಸೇರಬೇಕಿದೆ

ನನ್ನ ಮೆರವಣಿಗೆಯಲ್ಲಿ ನೀವಿರಬೇಡಿ,
ದೊಂಬಿ ಎದ್ದು ಕಲ್ಲು ತೂರಿದರೆ ನಿಮಗೆ ಗಾಯವಾದೀತು.
ಜನ ಸರಿ ಇಲ್ಲ.

ನನ್ನ ಕೊಂದ ಕತ್ತಿಯನ್ನು ದೇವರ ಕೋಣೆಯಲ್ಲಿಡಿ
ನಿತ್ಯ ನಿಮ್ಮ ಪರಾಕ್ರಮ ನೆನಪಾಗುತ್ತಿರಲಿ. ॥ ಬ ॥

'ಮತ್ತೆ ಹುಟ್ಟಿ ಬಾ' ಊರ ಬಾಗಿಲಿಗೆ ಫ್ಲೆಕ್ಸ್ ತೂಗುಬಿಟ್ಟಿದ್ದಾನೆ
ಅವನೊಬ್ಬ ಹುಚ್ಚು ಹುಡುಗ.
ಕ್ಷಮಿಸಿ ಬಿಡಿ ಅವನನ್ನ.
ಅಷ್ಟಕ್ಕೂ ನನ್ನ ಕೊಲ್ಲುವ ಮುಂಚೆ ಕಾರಣವಾದರೂ ಹೇಳಿಬಿಡಿ
ಅವುಗಳನ್ನೆಲ್ಲಾ ಬುದ್ಧನಿಗೊಪ್ಪಿಸಿ ಬಂದು
ಗೋಣು ಒಡ್ಡುತ್ತೇನೆ.
ಒಂದೇ ಏಟಿಗೆ ತುಂಡರಿಸಿಬಿಡಿ
ಇಲ್ಲವಾದರೆ ಅರೆಬರೆ ಗೋಣು ಹರಿದು ನಿಮ್ಮತ್ತ ನನ್ನ ಕಣ್ಣುಗಳು
ಮತ್ತದೇ ಕನಿಕರದಿಂದ ನೆಟ್ಟುಬಿಟ್ಟರೆ ನೀವು 'ನೀವಾಗಿರಲಾರಿ'. ॥ ಬನ್ನಿ ॥

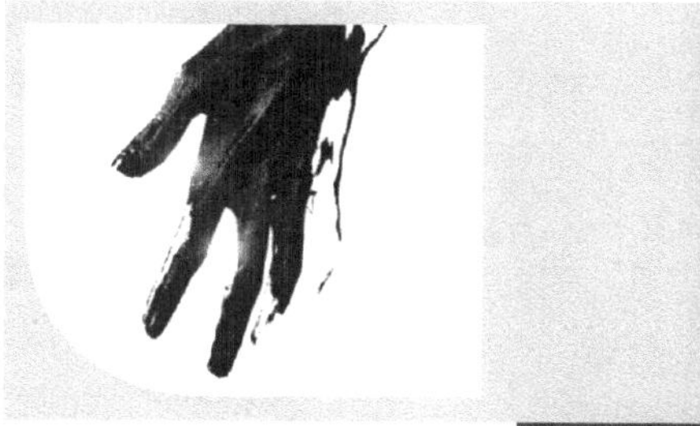

ಮಳೆ ಕೆಂಡ!

ದುಸ್ಸು ದುಸ್ಸು ದಮ್ಮು ಕಟ್ಟಿ ಕೆಮ್ಮುತ್ತಿದ್ದಾಳೆ
ಸೂರು ನೀರು ತಟತಟ ತೊಟ್ಟಿಕ್ಕುತ್ತಲೆ ನೆಂದು
ನೀರು ಕುಡಿದ ಒಲೆಯ ತುಂಡು ಕೆಂಡವನ್ನು ಉರಿಸಲೇಬೇಕಿದೆ ಅವಳಿಗೆ
ಊದಿ ಊದಿ ಎದೆಗೂಡು ಬಸಿದು ಬರಿದಾಗಿದೆ.

ಈ ರಾತ್ರಿಗೆ ತುಂಡು ರೊಟ್ಟಿ ಬೆಂದರೆ ಸಾಕು
ಬೆಳಗಾನವರೆಗೆ ಗುಟುಕು ಜೀವಗಳ ಕಾವು ಕಾಯಬೇಕು
ಬೆಳಗ್ಗೆ ಸೂರ್ಯನುರಿಗೆ ಅವನ ಬೆನ್ನವೊಡ್ಡಿ ರೊಟ್ಟಿ ತಟ್ಟಲು
ಮುಷ್ಟಿಯಷ್ಟು ಹಿಟ್ಟು ಮಿದಿಯುತ್ತಲೆ ಇದ್ದಾಳೆ.

ಆ ರಾತ್ರಿ ಕಳೆಯುತ್ತಲೇ ಇಲ್ಲ... ಸೇಡಿಗೆ ಬಿದ್ದಂತೆ ಕವಿಯುತ್ತಲೇ ಇದೆ
ಸೋರುವ ಜಾಗಗಳಿಗೆಲ್ಲಾ ಮಣ್ಣಮುಚ್ಚಳ, ಮುರುಕು ತಟ್ಟೆಗಳನ್ನು ಒಡ್ಡುತ್ತಾ
ಮಳೆಗೆ ಮತ್ತದೆ ಹಿಡಿಶಾಪವಿಟ್ಟು ಕಣ್ಣೀರು ಕುಡಿದು
ಕೂಸಿಗೆ ಮೊಲೆಯೊಡ್ಡುತ್ತಿದ್ದಾಳೆ. ಕೊರಳ ಸೆರೆ ಉಬ್ಬಿ ಜೋಗುಳ ನರಳುತ್ತಿದೆ.

ಸೋತ ಕೈ–ಕಾಲು ಚಕ್ಕಳ ಬಿದ್ದ ಜೀವವೊಂದು ಮೂಲೆಯಲ್ಲಿ
ಮಿಸುಕಾಡುತಿದೆ. ಮೋಟು ಬೀಡಿಗೆ ತಡಕಾಡುತ್ತಿದೆ
ಬೆಳಗಿನವರೆಗೂ ಕಾವು ಆರದಂತೆ ಕಾಯ್ದುಕೊಳ್ಳುವ ಜರೂರು ಅವನಿಗೆ
ಒಬ್ಬರ ಮುಖ ಒಬ್ಬರಿಗೂ ಕಾಣದು ದುಃಖಿಸುವ ಸದ್ದು ಮಾತ್ರವೇ ಸನ್ನೆ .

ದೇವರು ಇನ್ನೂ ಎದ್ದಿದ್ದಾನೆ. ಅವನಿಗೇಕೋ ನಿದ್ದೆ ಬಂದಿಲ್ಲ
ದೇವಕನ್ಯೆಯರ ಲಾಲಿ ಹಾಡು, ರಂಗ ನೃತ್ಯ ಸಂಗಕೇಳಿ

ಈ ಸೊಗಸು ಸಂಭ್ರಮದಲ್ಲಿ ಅವಳ ಕೆಮ್ಮಿನ ಆರ್ತ ಸದ್ದು ದೇವಲೋಕ ತಲುಪುತ್ತಿಲ್ಲ
ಎಷ್ಟೇ ಆಗಲಿ ಅವನು ದೇವರು.

ಸೂರ್ಯನೇನೂ ಹುಟ್ಟಿದ. ಅದೇ ನಿಗಿ ನಿಗಿ ಉರಿಕೆಂಡ ಹೊತ್ತು
ಅವಶೇಷಗಳಡಿಯಲ್ಲಿ ಜೋಗುಳ ಹೂತುಹೋಗಿತ್ತು
ಮಿದ್ದ ಮುಷ್ಟಿ ಹಿಟ್ಟು ಕರಗಿ ನೀರಾಗಿ ಹರಿದ ಕಾಲುವೆಯ ಗುರುತಿತ್ತು
ಗಳ–ಗೂಟ, ಕುಸಿದ ನೆರಿಕೆಯ ತಬ್ಬಿ ಅಳುತ್ತಿದ್ದಾಳೆ
ಮಳೆಯಂತ ಮಳೆಯೇ ಪಶ್ಚಾತಾಪದ ಮಡುವಿಗೆ ಬಿದ್ದು ಕಾಲವಾಗುವಂತೆ.

ಅವಳೀಗ ಅವಳೇ...
ನೋವು, ಸಂಕಟ, ಶಾಪಗಳಿಂದ ದೇವರ ಶೃಂಗರಿಸುತ್ತಿದ್ದಾಳೆ
ಮಳೆ ನೀರಲ್ಲಿ ಕಣ್ಣೀರು ಆಯುತ್ತಾ.

ಕುರುಡು ದೀಪದ ಮಾತು

ಮೋಟುಗೋಡೆ ಮೇಲೆ
ಕುರುಡು ದೀಪವೊಂದು
ಈ ಅಪರಾತ್ರಿಯಲ್ಲಿ
ಬಿಕ್ಕಿ ಬಿಕ್ಕಿ ಅಳುತ್ತಿದೆ
ಅಂಗಾತ ಬಿದ್ದ ಹಸಿವ
ಕಂಡು

ಮಾಯಕಾರನ ಬೆಳಗು ನೆರಿಕೆ ಸೀಳಿ ನುಗ್ಗಿದೆ
ನುಜ್ಜುಗುಜ್ಜಾದ ಮಣ್ಣ
ನೆಲದಲ್ಲಿ
ರಂಗೋಲಿ ಸತ್ತು ಮಲಗಿದೆ
ಬೆಳಕಲ್ಲ, ಅದು ಮತ್ತದೇ
ಉರಿ ಧಗೆ

ಕೆರೆಯ ಪಕ್ಕೆಯ
ತೋಪಿನಲ್ಲೀಗ ರೌರವ ಮೌನ
ಕಸುರುಗಾಯಿಯೂ ಇಲ್ಲ
ಅವಳು ಬರುವವರೆಗಾದರೂ
ತಿಂದು ಬದುಕಿರಲು
ದಾರಿ ದಾರಿಯೂ ನಿರ್ಜನ
ಪಾಪಿ ಕೆರೆ ನೀರು ನುಂಗಿ ನಗುತ್ತಿದೆ

ನಿನ್ನ ಮೇಲೆಯೇ ದೂರಿಟ್ಟು
ಕೊರಳ ಬಿಗಿದುಕೊಂಡು ಬಿಡುತ್ತೇನೆ
ಬೇಲಿ ಬಳ್ಳಿಯೂ ಕೈಗೆ ಸಿಗುತ್ತಿಲ್ಲ
ಕುಡುಗೋಲು ಮೊಂಡಾಗಿ
ಹಿಡಿ ಕಳಚಿದೆ
ರೋಜಾನ ಹೂವು ನೋಡಿ ನಗುತ್ತಿದೆ ಪಕ ಪಕನೆ

ಊರ ಹಬ್ಬ, ಇನ್ನರಗಳಿಗೆಯಲ್ಲಿ
ಶುರುವಾಗಲಿದೆ
ಗಡಿ ಗಡಿಗೂ ಚರಿಗೆ ಚೆಲ್ಲಲಿದ್ದಾರೆ
ಊರದೆವ್ವಗಳು ಅಗುಳ ಬಾಚಿಕೊಳ್ಳುವ ಮೊದಲು
ಅಲ್ಲಿರಬೇಕು
ಥೂ, ಈ ಹಾಳಾದ್ದು ಉಂಗುಷ್ಟದ ಉಗುರು ನೇತಾಡುತ್ತಿದೆ

ಹಾಡಬೇಕಂತೆ
ದೇವರ ಕೊಂಡಾಡಬೇಕಂತೆ
ಫರ್ಮಾನು ಹೊರಡಿಸಿದ್ದಾರೆ
ಹಾಡೋ ಸತ್ತು ಯಾವುದೋ ಕಾಲವಾಗಿದೆ
ಇರುವೆ ಮುತ್ತಿವೆ
ಅವಳು ಜಂಗುಳಿಯ ಮಧ್ಯೆ ಕಣ್ಣ ನೆಟ್ಟಿದ್ದಾಳೆ
ಹಾಡು– ಅನ್ನ ಎರಡೂ ಮಗ್ಗಲು ಮಗ್ಗಲು ಇರಿಯುತ್ತಿವೆ..

ಮತ್ತದೆ ಕುರುಡು ದೀಪದ ಜೊತೆ ಮಾತು ನಡೆದಿದೆ...

ಬನ್ನಿ ಮಣ್ಣಿಗೋಗೋಣ

ಹೂವೊಂದು
ಅಕಾಲಿಕ ಮರಣಕ್ಕೆ ತುತ್ತಾಗಿದೆ
ಯಾರೋ, ಏನೋ, ಯಾಕಾಗಿ
ಕೊಂದರೋ...?
ರಕ್ತಸಿಕ್ತ ಪಕಳೆಗಳು ಚೆಲ್ಲಾಪಿಲ್ಲಿಯಾಗಿವೆ
ಅದೆಂಥ ಘೋರ ಹತಾರಗಳಿಂದ ಇರಿದರೋ ಏನೋ?

ಹತ್ತಾರು ಜನರ ರಣಕೇಕೆ ಕತ್ತಿ-ಹತಾರಗಳು
ರಣಘೋಷಗಳು
ಆ ಹೂವು ಒಂದಿನಿತೂ ಎದುರಾಡದೆ
ನಕ್ಕು ಒಡಲೊಡ್ಡಿತ್ತು.
ಚಿಲ್ಲೆಂದು ರಕ್ತ ಚೆಲ್ಲಾಡಿತು
ನೆರೆಯ ದೇವರು ಕೌದಿ ಒದ್ದು ಮಲಗಿದ್ದ

ಇನ್ನೂ ಕಳೆಗುಂದಿಲ್ಲ
ಅದೇ ದಿವ್ಯ ನಗೆಯಲ್ಲೇ ನರಳುತ್ತಿದೆ
ಶಿಲುಬೆಯೊಂದು ಬಿಕ್ಕಳಿಸುತ್ತಿದೆ
ಗೋಪುರದ ಘಂಟೆ ಸದ್ದಡಗಿದೆ
ಬುರುಜಿನ ತುತ್ತ ತುದಿಯ ಚಂದ್ರ
ಕಂಗಾಲಾಗಿದ್ದಾನೆ

ಬರುವಾಗ ಸೆರಗಸಾಲೆ ಬಿಳಿ ಬಟ್ಟೆ
ಎಳೆ ಬಿದಿರ ತನ್ನಿ
ತೇರು ಮಾಡಿ ಮೆರವಣಿಗೆ ಹೊರಡಬೇಕು
ಅಡಿಗಡಿಗೂ ಹೆಗಲು ಕೊಟ್ಟು ಪವಿತ್ರರಾಗಿ
ಕುಲ-ಧರ್ಮವಿಲ್ಲದ ಕಾಗೆಗಳಿಗೆ ಹೇಳಿ ಕಳುಹಿಸಿದ್ದೇನೆ
ಹೊತ್ತು ಮುಳುಗುವ ಮುಂಚೆ
ಬಂದು ಪಿಂಡ ತಿನ್ನಲು
ಆಗಲೇ ಬಂದಿತ್ತು ಕೊಂದವರೂ ಸತ್ತ ಸುದ್ದಿ
ಬನ್ನಿ... ಒಂದನಿ ಕಣ್ಣೀರಿಡೋಣ
ನನ್ನ ನಿಷ್ಪಾಪಿ ಹೂವ
ಕೊಂದವರ ಆತ್ಮಕ್ಕೂ ಶಾಂತಿ ಸಿಗಲೆಂದೇ.

ಸಗ್ಗದ ಕನಸು

ಎಂದೋ
ಹರಿದುಹೋದ
ಪ್ರೀತಿಯ ಕೌದಿಗೆ
ಅವಳೀಗ
ನೂಲು ನೇಯುತ್ತಿದ್ದಾಳೆ.

ತುಂಡುತುಂಡಾಗಿದೆ
ಕೌದಿ ನವೆದಿದೆ
ಹೂ ಚಿತ್ರ ಸೊರಗಿ
ಬಣ್ಣ ಕಳೆದಿದೆ

ಅವಳಿಗೀಗ ಬಿಡುವಿಲ್ಲ
ಮತ್ತದೇ ನೆನಪುಗಳ
ಹೊಸೆದೊಸೆದು ಮಗ್ಗ ಹೂಡುತ್ತಿದ್ದಾಳೆ
ಚಿತ್ರ ಬಿಡಿಸುತ್ತಿದ್ದಾಳೆ.

ಮತ್ತದೇ ಹುಸಿ
ಮುತ್ತುಗಳ ಉಣಿಸುತ್ತಾ
ಪಿಸುಮಾತುಗಳ ಮತ್ತು
ಬರಿಸುತ್ತಾ
ಜೀವ ತುಂಬುತ್ತಿದ್ದಾಳೆ...

ಸಖಿಗೊಂದು ಪತ್ರ

ಸಖೀ..
ಇವತ್ತು ಕಡಲ ತಡಿಗೆ ಬರಬೇಡ
ರಸ್ತೆಯುದ್ದಕ್ಕೂ ನೆತ್ತರ ಹರಿದು ಅಂಗಾಲು ಮೆತ್ತಿ
ನಡೆಯಲಾಗುತ್ತಿಲ್ಲ
ನಾ ಬರುವುದು ತಡವಾದೀತು...

ಇಬ್ಬನಿ ಬಿದ್ದ ಹೂದಳದಂತೆ ನಗುತ್ತಿದ್ದಳು
ನಿನ್ನ ವಯಸ್ಸಿನವಳೇ ಆ ಹುಡುಗಿ.
ಅವಳ ಚೂಡಿದಾರದ ಬೆನ್ನ ಪಟ್ಟಿ ಹರಿದು
ಬಡಿದಿದ್ದಾರೆ. ತೋಳ ತಬ್ಬಿ ನಡೆಯುವಂತಿಲ್ಲ
ನಕ್ಕು ನಲಿಯುವಂತಿಲ್ಲ. ಇಲ್ಲಿ ಪ್ರೀತಿ ನಿಷಿದ್ಧವಂತೆ!

ಮನುಷ್ಯರ ಕೊರಳ ಹರಿದು
ರಕ್ತದಲ್ಲಿ ಕೈ-ಮೈ ತೊಳೆದುಕೊಳ್ಳುತ್ತಿದ್ದಾರೆ ಅವರು
ದೇವಾನುದೇವತೆಗಳು, ಪ್ರವಾದಿ ಸಂತರ ಸಂತೈಸಲು
ಗಾಳಿಯ ಕೊರಳ ಹಿಸುಕಿ ವಿಷ ತುಂಬಿದ್ದಾರೆ
ಕತ್ತಿ,ತಲವಾರು, ಕುಡುಗೋಲು ಅವರ ವಿಜಯದ ಬಾವುಟ
ಎಲ್ಲವೂ ಕೆಂಪು ಕಂಪು ಮುಕ್ಕಳಿಸುತ್ತಿದೆ.

ಚಿತೆ ಉರಿಯುತ್ತಿದೆ ದರ್ಗಾದ ಕೆಂಡ ಕೊಂಡದಂತೆ
ಯಜ್ಞ-ಯಾಗದ ಹೋಮ ಕುಂಡದಂತೆ
ಭಾಷಣಗಳು ಮೊಳಗುತ್ತಿವೆ. ಈ ಅಬ್ಬರದಲ್ಲಿ

ಮನುಷ್ಯರ ಮಾತೇ ಕೇಳಿಸುತ್ತಿಲ್ಲ..
ನಿನ್ನ ವೇಲಿನ ಸೆರಗ ತುದಿಯನ್ನು ಬಾಯಿಗದುಮಿಟ್ಟುಕೊಂಡು
ಅತ್ತು ಬಿಡು ಒಳಕೋಣೆಯಲ್ಲಿ ಸದ್ದಾಗದಿರಲಿ,
ಇಲ್ಲಿ ಚಿತೆಯ ಮುಂದೆ ತಾಯಂದಿರು ಅಳುವುದು ಜಗಕೆ ಕೇಳಲಿ

ನಿನಗೆ ಕೊಟ್ಟ ಮಾತಿನಂತೆ ಹಾಲ್ಬಿಳುಪು ಉಮ್ಮಳಿಸುವ
ಗಂಧ ಘಮಲು ಸೂಸುವ ಸೂಜಿ ಮಲ್ಲಿಗೆ
ತರಲಾಗುತ್ತಿಲ್ಲ.
ಅಮ್ಮೀ ಒಣ ಮೀನು ಸುಟ್ಟು ಪೊಟ್ಟಣ ಕಟ್ಟಿದ್ದಳು
ನಿನಗೆಂದೇ
ಎಲ್ಲವೂ ರಕ್ತದಲ್ಲಿ ನೆಂದು ನಲುಗುತ್ತಿವೆ.
ನಾನೀಗ ಫರ್‌ವರ್ಧಿಗಾರನನ್ನು ಹುಡುಕ ಹೊರಟಿದ್ದೇನೆ
ನ್ಯಾಯ ಕೇಳಬೇಕಿದೆ.
ಹಿಂತಿರುಗದಿದ್ದರೆ
ಪ್ರೀತಿಯನ್ನು ಮಣ್ಣು ಮಾಡಿ
ಆ ತಾಯಂದಿರಿಗೆ ಜೊತೆಯಾಗು ಮನುಷ್ಯತ್ವಕ್ಕಾಗಿ.

ಬಿದಿರ ಮಗಳ ಹಾಡು

ಎಳೆ ಬಿದಿರ ತೊಟ್ಟಿಲಲಿ ಸಿಹಿ ಜೋಗಳವ ತೂಗಿಹೆನು..
ಎದೆಗೊಟ್ಟು ಕೇಳಿ 'ಬರಿ ಬಿದಿರ ಹಾಡಲ್ಲ' ಇದು
ಕಾಲ ಕಾಲಕೆ ಹರಿದ ಅಂಗ–ಭಂಗದ ಒಡಲ ಪಾಡು..

ಹಡೆದವ್ವನ ಕೂಸ ತೊಟ್ಟಿಲಾದೆ
ದೇವರ ಪಲ್ಲಕ್ಕಿ, ಅಟ್ಟಣಿಗೆ, ನಂದಿ ಕೋಲಾದೆ
ನೆತ್ತಿ ಕಾಯ್ವ ಸೂರಾದೆ
ಮಣ್ಣ ಗುಣಿಗೆ ಹೊರುವ ಚಟ್ಟವಾದೆ.
ಚಿತೆಯ ಉರಿಗೆ ತಲೆಗೊಳ್ಳಿಯಾದೆ.

ಸಿಹಿ ಬಿದಿರ ಸೀಳಿ ಸಿಗಿದು
ತಳಪಟ್ಟಿ, ಕಂಠಹಾರದ ಎಳೆ ನೇಯ್ದು
ನಗುವ ಬುಟ್ಟಿಯಾಯ್ತು,
ಬಾಗಿನ ಮೊರವಾಗಿ ಮುತ್ತೈದೆ ಮಂಗಲೆಯರ
ಸಿರಿಯಾಯ್ತು
ಮುಗಿಲ ಮುತ್ತಿ ಆಕಾಶ ಬುಟ್ಟಿ ನಕ್ಕಿತು
ಅಡವಿ ತಡವಿ ಹೊತ್ತ ಹೆಗಲುಗಳು
ಸವೆದು ಸೋತ ಪಾದಗಳು
ಹೆಣೆದೆಣೆದು ಹಸ್ತ, ಬೆರಳ ಗಾಯಗಳು
ಅಜ್ಞಾತ ಚರಿತ್ರೆಯಾಯ್ತು.

ಸೀಬು ಅಂಗೈಗೆ ನುಗ್ಗಿ ರಕ್ತ ಚಿಮ್ಮಿ ಚೆಲ್ಲಾಡಿದಾಗ
ಹೂ ಹಂದರ ಚಿತ್ತಾರ ಮೂಡಿ ಅಂಗೈಯೆಲ್ಲಾ ಗೋರಂಟಿಯೇ..
ಸೀಳು ಕತ್ತಿಯೊಂದು ಬಿದಿರ ನಡು ನುಗ್ಗಿ
ಸರ್ರನೆ ಜಾರಿ ಹೆಬ್ಬೆಟ್ಟ ಸೀಳಿ ಸೊಕ್ಕಿದರೂ
ನೆತ್ತರು ಕುಡಿದ ನಂದಿಕೋಲು ದೇವರ ಹೊತ್ತು ಕುಣಿಯುತ್ತಿತ್ತು.

ನಾನೇ ಹೆಣೆದ ಬುಟ್ಟಿ.
ಆ ಮಾಯಾವಿಯನ್ನು ಅಡಗಿಸಿಟ್ಟ ಮಡಿಲು.
ಕಗ್ಗತ್ತಲ ರಾತ್ರಿ ಗಡಚಿಕ್ಕುವ ಮಳೆಯಲ್ಲಿ
ವಸುದೇವ ಹೊತ್ತು ಹೊರಟದ್ದು!
ಅದು ದೇವ ದೇವನ ಕೊಳಲು
ಅವನೀಗ ಸಖೀ ಸುಖಕ್ಕಾಗಿ
ನುಡಿಸುತ್ತಿದ್ದಾನೆ
ವಿರಹ ದಾಹಗಳ ತಣಿಸಲು...
ನಾನೇ ಕೊರೆದ ಕೊಳಲು
ಅವನು ನುಡಿಸಿದ ಮೋಹಕ ರಾಗವೆಲ್ಲಾ
ನನ್ನ ಕಾಡು ಮಕ್ಕಳ ಸೋತ ದನಿಗಳೇ
ನಾನು ಹೆಣೆದದ್ದು, ಕೊರೆದದ್ದು
ನನ್ನ ನೋವಿಗಾಗಿ, ಹಸಿವಿಗಾಗಿ
ರಾಗ ತಾಳವಿಲ್ಲದ ಅಡವಿಯ ಆರ್ತನಾದ...

ನೋಡಿ, ಪಲ್ಲಕ್ಕಿ ಮೇಲೆ ದೇವರು ಬಂದ
ಅವನ ಹೊತ್ತ ಪೀಠ ಪಲ್ಲಂಗದ
ವೈಭವದ ಕಮಾನು ನನ್ನ ಬಿದಿರ ಕುಸುರಿಯೇ
ಕಂಡು ಕೊಂಡಾಡಿ ಪುನೀತವಾಗುತ್ತಿದೆ ಊರು.
ನಾನೀಗ ಹೊರಗಿದ್ದೇನೆ
ಉತ್ತಮೋತ್ತರ ಜೊತೆ ದೇವರು ಕುಣಿಯುತ್ತಿದ್ದಾನೆ.

ಈಗ ಪ್ಲಾಸ್ಟಿಕ್, ಪ್ಲಾಸ್ಟರ್‌ಗಳ ಪರದೇಶಿ ಪರಪಂಚ
ಮಂಕರಿ, ಮೊರ, ತಟ್ಟಿ, ಕೈ ಬಣ್ಣದ ಬೀಸಣಿಕೆ
ಹೊಸ ಪೋಷಾಕು ತೊಟ್ಟು
ರಂಗುರಂಗಿನ ಮಹಲಿನಲಿ ತೂಗು ಬಿದ್ದಿವೆ
ಕಾಡ ಕಬ್ಬಿನ ಬಾಳು
ಕಾಂಕ್ರೀಟು ಫುಟ್‌ಪಾತಿನಲ್ಲಿ ಗಿರಾಕಿಗಾಗಿ ಕಾದಿದೆ.

ಕಾಡಲ್ಲಿ ತಾವಿಲ್ಲ, ನಾಡಲ್ಲಿ ನೆಮ್ಮದಿಯಿಲ್ಲ
ಕಾಡು ಬರುಡಾಗಿ ಬಿದಿರು ಬಯಲಾಗಿ
ಹೆಣೆವ ಕೈ ಸೋತು ಸೊಲ್ಲಡಗಿವೆ..
ಹಾಡು ನಿತ್ಯ ಅಳುತ್ತಿದೆ.
ಕೇಳುವ ಕಿವಿಗಳಿಲ್ಲ, ಮರುಗುವ ಮನವಿಲ್ಲ.
ನಾನು ಬಿದಿರ ಮಗಳು!

ನಾನು ಸೂಳೆ

ನಾನು ಸೂಳೆ...
ಬನ್ನಿ, ನಿಮ್ಮ ನಾಲಿಗೆಯ ಚಪಲ, ದೇಹ ಬಾಧೆಯ
ತೆವಲುಗಳ ತೀರಿಸಿಕೊಳ್ಳಿ
ನಿಮ್ಮ ಮನೆಯ ಹೆಣ್ಣುಗಳಂತಲ್ಲ ನಾನು !
ಸುರಲೋಕದ ಮುಖವಿಲ್ಲದ ಚಿತ್ರ
ಚರಿತ್ರೆಯ ಗೋರಿಯ ಮೇಲೆ ಅರಳಿದ ತುಂಬೆ ಹೂವು

ಕೆರೆಯ ತೂಬಿನ ಮೇಲೆ
ನನ್ನ ಹೆಸರಿದೆ
ಬಾವಿಯ ಕಟ್ಟೆಯ ತಳದಲ್ಲಿ ನನ್ನ ನೆನಪು ತೇಲಿದೆ
ಗರತಿಯರು ಗಂಗೆ ಪೂಜೆ ಮಾಡಿದ್ದಾರೆ
ಅವರೆಲ್ಲ ಸುಮಂಗಲೆಯರಾಗಿರಲಿ...

ಅವನು ಸೂಳೆಯೆಂದು
ಕರೆದ !
ಜರಿದ, ಪುಟಗಟ್ಟಲೆ ಬರೆದ ಪಟ್ಟಣದ ತುಂಬಾ ಹರಾಜು ಹಾಕಿ ಬೀಗಿದ...

ಇದಕ್ಕೂ ಮೊದಲು
ಆ ರಾತ್ರಿ
ಅವನು ಕೊಂಡಾಡಿದ್ದ
ಮುದ್ದಾಡಿದ್ದ ಸೆರಗ ಸೆಳೆದು
ನೇವರಿಸುವ ನೆಪದಲ್ಲಿ ನನ್ನ ಕೋಮಲ ಕೂದಲ ತರಿದು ಚೆಲ್ಲಾಡಿ
ಅಕಟಕಟ ವಿಕಟ ನಕ್ಕು

ನಾಲಿಗೆ ಸವರಿದ್ದ
ಭಾವ ಸತ್ತ ಅಂಗಾಂಗಗಳ ಮೇಲೆ ಬಿದ್ದು ಹೊರಳಾಡಿದ
ಯಾರ ಮುಖವೂ ನೆನಪಿಲ್ಲ-
ಪುರುಷತ್ವ ಮತ್ತು ಹೆಣ್ತನದ ಕರ್ಷ- ಸಂಘರ್ಷದ ಪತನ.

ನಿಟ್ಟುಸಿರುಗಳೇ ತುಂಬಿದ ನನ್ನೆದೆಗಳಿಗೆ ಮುಖ ಹುದುಗಿಸಿ
ಮುಖೇಡಿಯಂತೆ ಮೊರೆದವನು
ನನ್ನೂರಿನ ನಡು ಸರ್ಕಲ್‌ನಲ್ಲಿ ನಿಂತು ಹೆಣ್ಣಿನ ನೋವುಗಳ,
ಶೋಷಣೆ ದೌರ್ಜನ್ಯಗಳ ಕುರಿತೇ
ಭಾಷಣ ಮಾಡುತ್ತಿದ್ದ
ಅಬ್ಬಬ್ಬಾ! ಕಿವಿಗಡಚಿಕ್ಕುತ್ತಿತ್ತು.
ಮತ್ತೆ ಅವನು ಮಬ್ಬುಗತ್ತಲಲ್ಲಿ ಮುಖಮುಚ್ಚಿಕೊಂಡು
ಪಲ್ಲಂಗ ಸೇರಿಕೊಂಡ
ನನ್ನ ಕೋಣೆಯಲ್ಲಿ
ನಾನು ಬಿಕ್ಕಳಿಸುವುದನ್ನೇ ಕಾಮೋನ್ಮಾದಕ ಕರೆಯಂತೆ
ಅವುಚಿ ಕಣ್ಣೀರ ಕುಡಿದು ಅಮಲೇರಿ ಸೊಕ್ಕಿದ್ದ

ಹೊಲಸೆಂದು ಹೊರಗಿಟ್ಟು ತಿವಿದಿದ್ದನು
ಹೊಲಸಲ್ಲೆ ಒದ್ದಾಡುತ್ತಿದ್ದ ಈಗ
ಕತ್ತಲು ಕತ್ತಲು ಎದೆಯಲ್ಲೂ ಕಾರ್ಗತ್ತಲು
ಗಂಡಸುತನದ ನಿರ್ಮಾನುಷ ಮೆರೆದಾಟ
ಹುಸಿ ಕನಸುಗಳ ಕಣ್ಣಿಗೆ ಮೆತ್ತುತ್ತ ಹೊಸಕಿ ಹಾಕಿದ್ದ
ತುಟಿ ಸವರುತ್ತಲೆ ವಿಷ ಉಣಿಸುತ್ತಿದ್ದಾನೆ
ಅವನಿಗದೋ ವೀರ್ಯ ಶೌರ್ಯದ
ಕಾದಾಟ
ಆಳುವ ದುಷ್ಟ ಧಾರ್ಷ್ಟ್ಯ
ನಾನು ಆ ರಾತ್ರಿ ಸೂಳೆಯಲ್ಲ
ದಿವ್ಯ ಸುಖದ ದೇವ ಸಖಿಯೆ ಸರಿ.

ಕೋಣೆ ತುಂಬಾ ಚೆಲ್ಲಾಡಿದ್ದ ನೋಟುಗಳ ಆಯುತ್ತಿದ್ದೇನೆ
ಕಣ್ಣೀರ ಜೊತೆ
ಉಡಿ ತುಂಬುತ್ತಿಲ್ಲ ಕಣ್ಣ ಕಲ್ಯಾಣಿ ಬತ್ತುತ್ತಿಲ್ಲ
ತೆವಲು 'ತೀರದ' ದಾಟಿದ ಮೇಲೆ
ನನ್ನ ಹೆಣ್ತವನ್ನೀಗ ಹಳಿದು ಹರಾಜು ಕೂಗುತ್ತಿದ್ದಾನೆ
'ಸೂಳೆ...
...ಸೂಳೆ'

ದೇವರ ಹಿಸ್ಸೆ

ರಾತ್ರಿಯೇ..
ಇವತ್ತೂ... ನೀನೇ ನನ್ನ
ತಬ್ಬಿಕೊಂಡು ಸಂತೈಸು
ಚಿನ್ನದ ಪಲ್ಲಂಗದ ಮೇಲೆ
ಕಣ್ಣೀರ ಚಿತ್ತಾರ ಚೆಲ್ಲಾಡಿವೆ
ಅವನ ಸುಖದ ಮಾತುಗಳು
ಸೋತ ನನ್ನ ಕಿವಿ ಮುಟ್ಟದಿರಲಿ
ನೋವ ಹಡೆಯುತ್ತಲೇ ಇದ್ದೇನೆ
ಕಾಲ ಕಾಲದ ಗರ್ಭದಿಂದಲೂ
ನಾನು ನಾನಷ್ಟೇ

ಅವರೆಲ್ಲಾ ಆಳುತ್ತಿದ್ದಾರೆ
ನನ್ನನ್ನು...
ಆಳಿನಿಂದ ಆಳರಸರವರೆಗೂ ಪಾಲಾಗಿದ್ದೇನೆ
ಗಂಡರ ಗಂಡ ಗಂಡಾಳಿಕೆ ಶೌರ್ಯ
ಪರಾಕ್ರಮಕ್ಕೆ ನಾನೆ ಅಳತೆಗೋಲು
ಅಂತಃಪುರದ ಮುಸುಕಿನೊಳಗೆ
ಸವತಿಯರ ಸಾಲು ಅಲ್ಲಿ ನಾನು ನಾನಷ್ಟೆ

ದೇವರೂ ನನ್ನ ಬಿಡಲಿಲ್ಲ
ದಾಸಿಯಂತೆ ಇಟ್ಟುಕೊಂಡ
ತೊಗಲು ಹುರುಪು ಸುಕ್ಕುಗಟ್ಟಿದಾಗ ಊರ ಹೊರಗಟ್ಟಿದೆ
ಪುಣ್ಯದ ಹೊರೆಕಟ್ಟಿ ಕೆರೆಗೆ ಹಾರವೆಸೆದರು
ನನ್ನಂತಲ್ಲದ ಗರತಿಯನ್ನೂ
ಬೆಂಕಿಗೊಡ್ಡಿ ದೇವರ ತಣಿಸಿದರು
ಬಾಯಾರಿದ ಬೆಂಕಿಯೂ
ಕಣ್ಣೀರ ಕುಡಿಯುತ್ತಿದೆ
ನಾನು ನಾನಷ್ಟೇ..

ನಿತ್ಯ ಉಗಾದಿ

ಅವಳೆಂದರೆ ಉಗಾದಿ
ಕಂಕುಳಲ್ಲಿ ಕುಕ್ಕೆ ಇರಿಕಿಕೊಂಡು
ತುಂಡು ಕಬ್ಬಿಣ. ಪ್ಲಾಸ್ಟಿಕ್ಕು, ಸೀಸದ ಚೂರುಗಳ
ಅಯುತ್ತಾ ಅಲೆದಲೆದು ದಣಿಯದೆ ದುಡಿದ ನನ್ನವ್ವ
ಬೇವ ನುಂಗಿ ಬೆಲ್ಲವ ಬಾಯ್ಗಿಟ್ಟು ಬದುಕಿಸಿದವಳು.

ತನ್ನೊಳಗೆ ತಾನೇ ಉರಿಯುತ್ತಿದ್ದಳು
ಒಲೆ ಮುಂದೆ ಒಲೆಯಂತೆ
ಹಸಿ ಪುಳ್ಳೆಗಳ ಉರಿಕೊಟ್ಟು ಉರಿಸುತ್ತಲೇ
ಕಣ್ಣ ಕೆಂಡದಲ್ಲಿ ಹೋಳಿಗೆ ಸುಡುತ್ತಿದ್ದಳು.

ಮುಗಿಲ ಮನೆಯಲ್ಲಿ ಕತ್ತಲು ಕವಿದಾಗ
ಬಾಚಿ ಕವುಚಿಕೊಂಡು
ತಣ್ಣನೆಯ ಚಂದ್ರನ ತೋರಿ
ತಂಪಾದ ಕಡಲು ಅವಳು
ಅವಳೆಂದರೆ ನಿತ್ಯ 'ಉಗಾದಿ'.

ಇವತ್ತು ಅಂಬೇಡ್ಕರ್ ಸಿಕ್ಕಿದ್ದರು

ಇವತ್ತು ಅಂಬೇಡ್ಕರ್ ಸಿಕ್ಕಿದ್ದರು..!
ಕಣ್ಣುಗಳು ನೀರುಕ್ಕಿ
ಧುಮು ಧುಮುಗುಡುತ್ತಿದ್ದವು
ಕನ್ನಡಕ ಮಂಜು ಮುಸುಕಿದಂತೆ
ಮಬ್ಬುಗೊಂಡು ದಾರಿ ಹುಡುಕುತ್ತಿತ್ತು
ಕೊರಳು ಸೆರೆಯುಬ್ಬಿ ಬಿಕ್ಕಳಿಸುತ್ತಿದ್ದರು..
ಅವರ ಕೋಟು ನೆಂದು ನೀರು
ತೊಟ್ಟಿಕ್ಕುತ್ತಿತ್ತು.
ತೋಳತೆಕ್ಕೆಯಲ್ಲಿದ್ದ ಸಂವಿಧಾನ
ಭಯಭೀತಗೊಂಡು ಇನ್ನಷ್ಟು ಅವುಚಿಕೊಂಡು
ಅವರೆದೆಗೆ ಬಿಗಿಗೊಳ್ಳುತ್ತಿತ್ತು.

'ಯಾಕಿಷ್ಟು ದುಃಖ ದೊರೆಯೆ?' ಎಂದೆ.
'ಇದು ಬರೀ ದುಃಖವಲ್ಲ, ಕರುಳ ಕೋಣೆಯ ಮಹಾದುಃಖ.'

ಮಹಾಮನೆಯಲ್ಲಿ ರಜ ತುಂಬಿದೆ.
ಹುಳ, ಹುಪ್ಪಟೆಗಳು, ಕಾಡುಮೃಗಗಳು ಘೀಳಿಡುತ್ತಿವೆ.

ಕಲ್ಲು, ಮಣ್ಣು, ಕಂಚಿನ ನನ್ನ ಮೂರ್ತಿ ಒಡೆದು
ಚೂರು ಚೂರು ಮಾಡಿದ್ದಕ್ಕೆ ದುಃಖವಿಲ್ಲ.
ಅಧಿಕಾರದ ಪಲ್ಲಂಗದ ಮೇಲೆ
ದೇವರ ಪಲಕ್ಕಿಯ ಮೇಲೆ ಹಾಲುಗಲ್ಲದ ಹಸುಗೂಸುಗಳ,

‘ಹೆಣ್ಣುಮಕ್ಕಳ ಒಡಲ ಹುರಿದು ಕೊರಳ ಹಿಸುಕಿ
ಕೇಕೆ ಹಾಕುವಾಗ ನನ್ನ
ಕರುಳಬಳ್ಳಿ ವಿಲವಿಲಗೊಳ್ಳುತ್ತಿದೆ...’
ಎಂದರು.

‘ಇವತ್ತು ನನ್ನಜನ್ಮದಿನ.
ಪುಷ್ಪಾಲಂಕೃತ ತೇರಿನ ಮೇಲೆ
ವಿಜೃಂಭಣೆಯ ನನ್ನ ಮೆರವಣಿಗೆ.
ಸಂಸತ್ತಿನ ಮಹಾಸೌಧದಲ್ಲಿ
ನನ್ನ ಗುಣಗಾನ .
ಅಬ್ಬಬ್ಬಾ! ಕಿವಿಗಡಚಿಕ್ಕುವಂತೆ
ಭಾಷಣ
ಆಸೀಫಾಳ ಅವಳಂತಹ
ಅದೆಷ್ಟೋ ಕೂಸುಗಳ ಆರ್ತ ಆಕ್ರಂದನ
ಯಾರಿಗೂ ಕೇಳಿಸದಿರಲೆಂದೆ ಇರಬೇಕು.’
ಎಂದರು..
ನಾಲಿಗೆ ನಡುಗುತ್ತಿತ್ತು
ಅಂಬೇಡ್ಕರ್ ಅವರ ಕಣ್ಣೀರು ಕಡಲಾಗಿ ಹರಿದಿತ್ತು.

ನಾನು ಆಸೀಫಾ..

ನಾನು ಹಸಿರ ಕಣಿವೆಯಲ್ಲಿ
ಮೆತ್ತನೆಯ ಹುಲ್ಲು, ಹೂ ಗಿಡಗಳು, ಕಣಿವೆಯ
ಕಲ್ಲುಗಳ ಜೊತೆ ನಿತ್ಯ ಮಾತಾಡುತ್ತಿದ್ದೆ..
ಅವೆಂದೂ ನನ್ನ ಹಿಡಿದೆಳೆದಾಡಲಿಲ್ಲ.

ತುಂಡು ಲಂಗಕ್ಕೆ ನೆಟ್ಟುಎಳೆದ
ಮುಳ್ಳು ಮೊನೆಯೊಂದು
ಮೆದು ಬೆರಳು ಸೋಕಿದೊಡನೆ
ಶರಣಾಗುತ್ತಿತ್ತು.

ನನ್ನ ಹೆಜ್ಜೆ ಜಾಡು ಹಿಡಿದೇ ಬರುತ್ತಿದ್ದ
ಕುದುರೆ, ಕುರಿಗಳು
ಎಂದಾದರೂ ನನ್ನ ಪಾದ ತುಳಿದು ನೋವಿಟ್ಟ ನೆನಪಿಲ್ಲ
ಅವು ಈ ಮನುಷ್ಯರಂತಲ್ಲ.

ದೇವರ ಕೋಣೆಯಲ್ಲಿ ನಾನು ಉಸಿರುಗಟ್ಟಿದ್ದೆ
ಅಂಗಾಂಗಗಳ ಮೇಲೆ ದೇವರು ಕುಣಿದಿದ್ದ
ನನ್ನ ಕೆಂಪು ಕೆಂಪು ಒಡಲು
ಈಗ ಉರಿದು ಇದ್ದಿಲಾಗಿತ್ತು.
ಕಣ್ಣೀರು ಕಣಿವೆಯಲ್ಲಿ ಧುಮ್ಮಿಕ್ಕಿತ್ತು
ದೇವರು ಸುಮ್ಮನೆ ಇದ್ದ..

ಆ ದೇವರ ಸನ್ನಿಧಿಯಲ್ಲಿ ನರಕವೊಂದ ಕಂಡೆ
ನನ್ನ ರಕ್ತ, ಮಾಂಸ, ಮೂಳೆಗಳ
ನೈವೇದ್ಯ ಇರಿಸಿದರು.
ಅಗ್ನಿಕುಂಡದಲ್ಲಿ ಹವಿಸ್ಸಾಗಿ ಸುರಿದು ಸುಟ್ಟರು.

ನಾ ಬರುವ ಹೊತ್ತಾಯಿತು
ಅಮ್ಮೀ ಕಾಯುತ್ತಿದ್ದಾಳೆ
ಬಿಸಿ ಬಿರಿಯಾನಿಯ ಕೈತುತ್ತ ಮಿದ್ದಿಕೊಂಡು
ಕಣಿವೆಯ ದಾರಿ ದಾರಿ ನೋಡುತ್ತಾ,
ಅವಳ ಕರುಳು ಇಂದು ಸಂಕಟಿಸದೆ ಇದ್ದಿಲ್ಲ
ಕುರಿ, ಕುದುರೆಗಳು ನನ್ನ ಹೆಜ್ಜೆಯ ಜಾಡು ಮೂಸುತ್ತಾ
ತಿರುಗುತ್ತಿವೆ.

ಅಬ್ಬಾ ಹೇಳಿದ ಫರ್ವಧಿಗಾರ ಬರಲೇ ಇಲ್ಲ ನನ್ನ ರಕ್ಷಿಸಲು.
ಇರಲಿ ಬಿಡು,
ಮನುಷ್ಯರಂತೆ ನೀನೂ ಎಷ್ಟೊಂದು ಕ್ರೂರಿ
ನಿನ್ನನ್ನು ಕ್ಷಮಿಸಿದ್ದೇನೆ. ಮುಂದಿನ ಜನ್ಮವೆಂದಿದ್ದರೆ
ನೀನು ಕುರಿ, ಕುದುರೆಯಾಗೇ ಹುಟ್ಟಿಬಿಡು.

ನೀನು, ನಿನ್ನ ಭಕ್ತರು ಇಲ್ಲವೆಂದಾದಾಗ
ನನ್ನ ಕುರಿ, ಕುದುರೆಯೊಂದಿಗೆ,
ಹೂವು, ಕಣಿವೆಯೊಂದಿಗೆ ನಿರುಮ್ಮಳವಾಗಿ ನೆಗೆದಾಡುತ್ತಾ
ಅಮ್ಮಿಯ ತೋಳು ಸೇರಿಕೊಳ್ಳುತ್ತೇನೆ.
ಅಲ್ವಿದಾ
ನಾನು ಆಸೀಫಾ...

ಬುದ್ಧ ಕರೆ ಮಾಡಿದ

ದಿಗಂತದ ನೆತ್ತಿ ನೀರೊಡೆದು ತೇಜೋಮಯ
ಸೂರ್ಯ ನೆರಳು ಮುಕ್ಕುತ್ತಿದ್ದ ಕ್ಷಣವದು.
ಹಕ್ಕಿಗಳು ರೆಕ್ಕೆ ಚಿಮ್ಮಿಸಿ ಗೂಡು ಬಿಡಲು
ಮಬ್ಬು ಹರಿಯುವುದನ್ನೇ ಕಾಯುತ್ತಿದ್ದವು.

ಮೈನೆರೆದ ಹೂವು ರಾಶಿಗೆ ಇಬ್ಬನಿಯ ದಿವ್ಯ ಸ್ನಾನ ನಡೆದಿತ್ತು..
ಹಸೆಯಿಕ್ಕಿ ವಸುಗೆಯ ಗಾನ ಮೊಳಗಿತ್ತು.
ಗಡಿಯಲ್ಲಿ ಮದ್ದು-ಗುಂಡುಗಳು ಮುಲುಗುತ್ತಿವೆ ನಿದ್ದೆಗೆಟ್ಟು
ಯಾವ ಹೊತ್ತಿನಲ್ಲಾದರೂ
ನೆಗೆದು ಸಿಡಿಯಬೇಕೆಂದು..

ಸಖಿಯ ನೆನಪಿನ ಬಿಕ್ಕಳಿಕೆಗಳು ಅಹೋರಾತ್ರಿ
ಅಪ್ಪಿಕೊಂಡು ರಮಿಸುತ್ತಿದ್ದವು.
ಅಗೋ, ರಾಜ ಗದ್ದುಗೆಯೊಂದು ಕಣ್ಣ ಗೊಂಬೆಯಂತೆ ಕುಣಿಯುತ್ತಿದೆ...
ಅಷ್ಟೈಶ್ವರ್ಯಗಳು ತುಳುಕುತಿದ್ದವು...

ಆಗ ಕರೆ ಬಂತು
...ಜೋಪಡಿಯ ಕಂಡಿ ಕೊರಕಲಿನಿಂದ
ಬೆಳಕಿನ ಕೋಲು ತಿವಿದು ...
ಪರಿಶುದ್ಧತೆಯ ಮಹಾಮಾರ್ಗದೆಡೆಗೆ ಕೈ ಹಿಡಿದು ಎಳೆದು...

ಎದ್ದು ಹೊರಡಬೇಕೆಂದಿದ್ದೇನೆ
ದಿಗಂತ ಹಡೆದ ಆ ಕ್ಷಾತ್ರತೇಜ ಕಂದನ ಕಾಣಲು
ಮೈನೆರೆದ ಹೂಗಳ ಮಾತಾಡಿಸಲು...

ಫಕೀರನಂತೆ
ಬೋಧಿ ಮರದ ಮಡಿಲಿಗೆ...
ಆ ಅಸೀಮ ಒಡಲಿಗೆ...

ಚಿತೆಗಳ ಗತಿ ಗೀತೆ

ದೇಶ ಸಂಭ್ರಮಿಸುವ
ಈ ನಡುರಾತ್ರಿಯಲ್ಲೂ
ಚಿತೆಯೂ ತನಗೆ ತಾನೇ ಬೆಂದು
ಬಿಕ್ಕಳಿಸುತ್ತಿದೆ
ದುಃಖ ಉಮ್ಮಳಿಸಿ
ನರಳಿ

ಕಾಡು ಪುಳ್ಳೆಯ
ಒಂದೇ ಉರಿಗೆ ಕರಗಿ
ಹಿಡಿಗೊಂಡ ಬೂದಿಯಲ್ಲಿ
ಕರುಳಬೇರು ಬಾರಾಡಿ
ಹುಡುಕಾಡಿದೆ ಅಂಗಲಾಚಿದೆ
ಅವಳೀಗ ಹಾಲುಣಿಸಬೇಕು
ಎದೆ ಭಾರಗೊಂಡು ಸಂಕಟ ತೊಟ್ಟಿಕ್ಕುತ್ತಿದೆ

'ಅಮ್ಮ'... ಅ... ಅ...
ಕರೆದಂತಾಯಿತು
ಅದೇ ತೊದಲು ದನಿ
ತುಂಡು ಕೆಂಡಗಳು ಕಣ್ಣುಗಳಂತೆ ಪಿಳಿಪಿಳಿ
ಇತ್ತ ನೋಡುತ್ತಿವೆ
ಬಾಚಿ ಮಡಲಿಗಿಟ್ಟುಕೊಂಡು
ನನ್ನವೇ ಇವು

ನೆನ್ನೆಯವರೆಗೂ ನನ್ನನ್ನೆ ದಿಟ್ಟಿಸಿ ದಿಟ್ಟಿಸಿ ನೋಡುತ್ತಿದ್ದವು
ಈಗಲೂ...

ಬೂದಿಯ ಗೊಂಬೆ ಮಾಡಿ
ಹಾಲುಣಿಸಿ ಆಡತೊಡಗಿದ್ದಾಳೆ
ಮಡಿಲು ಉರಿಯತೊಡಗಿದೆ
ಧಗ ಧಗಿಸಿ
ಕ್ರಾಪು ತೆಗೆದು, ಗಲ್ಲ, ಹಣೆಉಬ್ಬು ಕಪ್ಪತೀಡಿ
ದೃಷ್ಟಿಬೊಟ್ಟು ಇಟ್ಟು
ಕೈಗೊಂದು ಬಾವುಟ ಕೊಟ್ಟು
ಒಂದು ಸುತ್ತು ಹೊತ್ತು ತಿರುಗಬೇಕಿತ್ತು
ಸೊಂಟ ಸೋಲುವವರೆಗೂ

ಅಲ್ಲೀಗ ಎದೆ ಒಡೆದವರ ಕಾಡ ಕಣ್ಣೀರ
ಚಳವಳಿ ಭುಗಿಲೆದ್ದಿದೆ
ಥಾನುಗಟ್ಟಲೆ ಬಟ್ಟೆಯೂ ಸಾಲದಾಗಿದೆ ಕಣ್ಣೀರ
ಒರೆಸಲು ನೀವು ಬರುವುದಿದ್ದರೆ
ಬಾವುಟಗಳ ತನ್ನಿ

ಸಿಹಿ ಉಸಿರ ಬಸಿದುಕೊಂಡ
ಹದ್ದುಗಳೀಗ ಸಂತೃಸ ನಿಂತಿವೆ
ಕೆಂಪು ಕೋಟೆಯ ಮೇಲೆ
ಇನ್ನೇನೂ ದೇಶಪ್ರೇಮ ಮೊಳಗಲಿದೆ
ಎಲ್ಲರಿಗೂ ಆರೋಗ್ಯ, ಶುದ್ಧ ನೀರು, ಉದ್ಯೋಗ...
'ಮಾಸೂಮ್ ಬಚ್ಚೋಂಕೆ ಖಾತಿಲೋಂಕು ಕಡಿಸೇ ಕಡೀ
ಸಝಾ ಝರೂರ್ ಮಿಲೇಗಿ.'
ಘೋಷಣೆ ಅಬ್ಬರಿಸಲಿದೆ
'ಘೋರ'ಕ್ ಪುರದ ಚಿತೆಗಳು ಕಿವಿಯಾನಿಸಿ ಉರಿಯತೊಡಗಿವೆ
ಸೂತಕದ ಮನೆಯಲ್ಲಿ
ಈಗ ಸ್ವಾತಂತ್ರ್ಯದ ಹಬ್ಬ ಅಂತಃಕರಣ ಮರೆತು ಎಲ್ಲರೂ
ಪಾಲ್ಗೊಂಡು ಸಿಹಿ ತಿನ್ನಿ.

ಶ್... ಸದ್ದಾಡಬೇಡಿ

ಶ್...!!!
ಕೂಸು ಮಲಗಿದೆ
ಸದ್ದಾಡಬೇಡಿ

ಎಳೆ ಎಸಳ ಕೆನ್ನೆಗಳಿಗೆ
ಮತ್ತೆ ಮತ್ತೆ ಮುತ್ತಿಟ್ಟು ಕಾವು ಕೊಡುತ್ತಿದ್ದಾಳೆ
ಹಾಲ ಪಸೆ ಆರಿಲ್ಲದ ತುಟಿಗಳಿಗೆ
ತುಟ್ಟಿ ಹೊತ್ತಿ ಉಸಿರು ತುಂಬುತ್ತಿದ್ದಾಳೆ

ಎಡಗೈ ಬಲಗೈಗಳು ಬಿಡುವಿಲ್ಲದೆ
ಬೀಸುತ್ತಾ ನೊಣ, ಸೊಳ್ಳೆಗಳ
ನೂಕುತ್ತಿದ್ದಾಳೆ
ಈ ಜೀವ ಕಣ ಮಿಸುಕಾಡಿದರೆ ಸಾಕು
ಮರು ಕ್ಷಣವೇ ನನ್ನ ಜೀವ ನಿಂತರೂ ನಿಲ್ಲಲಿ
ಶ್...!!
ಕೂಸು ಮಲಗಿದೆ
ಸದ್ದಾಡಬೇಡಿ...

ದೇವರುಗಳನ್ನೆಲ್ಲಾ ಕೂಗಿ ಕರೆದಿದ್ದಾಳೆ
ದಿಕ್ಕು ದಿಕ್ಕಿಗೂ ಮೊರೆಯಿಟ್ಟು
ಅಲ್ಯಾರೋ ಪವಾಡ ಪುರುಷನಿದ್ದಾನಂತೆ
ಕೂಗಳತೆ ದೂರದಲ್ಲಿ ಸರಯೂ ನದಿಯ ದಡದಲ್ಲಿ
ಮರುಭೂಮಿಯ ಖರ್ಜೂರದ ಮರದಲ್ಲಿ

ಜೆರುಸಲೇಂನ ಕಡಿದಾದ ಬೆಟ್ಟದಲ್ಲಿ
ಹುಡಕ ಹೋದವರು
ಬರಿಗೈಲಿ ಬಂದಿದ್ದಾರೆ
ಥೂ...,
ಆ ದೇವಲೋಕಗಳೆಲ್ಲಾ
ಬರಡಾಗಿ, ಮಡುವಾಗಿ
ಮಕ್ಕಳಿಲ್ಲದಂತಾಗಲಿ

ಅವನು [illegible]
ಅವನ ದರ್ಬಾರು ನನ್ನೊಡಲ
ಉರಿಬೆಂಕಿಯಲ್ಲಿ
ಸುಟ್ಟು ಬೂದಿಯಾಗಲಿ
ಚಣ ಗಾಳಿಯೂ ಕೊಡದ
ನಿನ್ನ ಪಾಳು ಸಾಮ್ರಾಜ್ಯ.
ಅವಳ ಶಾಪಕ್ಕೆ ಕಲ್ಲು ಸಿಡಿದು
ಕಣ್ಣೀರಿಟ್ಟಿದೆ
ಶ್...!!
ಕೂಸು ಮಲಗಿದೆ
ಸದ್ದಾಡಬೇಡಿ

ಒಡ್ಡೋಲಗದ ದಾರಿಯಲ್ಲಿ
ಅವಳ ಕರುಳಚೀಲ ಚೀತ್ಕರಿಸಿ
ಅಲೆದಾಡುತ್ತಿದೆ
ಧೀರ್ಘ ನಿದ್ದೆಯ ಕೂಸ ಪಯಣದ ಮಣ ದುಃಖ
ಮಡುಗಟ್ಟಿ
ಸತ್ತ ಆತ್ಮಗಳ ದರ್ಬಾರಿನಲ್ಲಿ
ಈಗ ಹೆಣಗಳದ್ದೇ ಸಾಲು ಸಾಲು
ಮೆರವಣಿಗೆ

ಶ್...!!
ಕೂಸು ಮಲಗಿದೆ
ಸದ್ದಾಡಬೇಡಿ
ಒಂದು ಹನಿ ಕಣ್ಣೀರಿಟ್ಟು
ಕೈಮುಗಿಯಿರಿ.

ತಿಳಿ ಬೆಳಕ ಮಳೆ ಹಾಡು

ಈ ಮುಂಜಾವು
ಮತ್ತಷ್ಟು ಮೋಹಗೊಂಡು
ಏನೋ ಮೊರೆತ
ಖಾಲಿ ತೋಳುಗಳ ಬಿಕೋ ಎನ್ನುತ್ತಿವೆ
ಅದ್ಯಾವ ಕ್ಷಣ ಎದ್ದು ಹೋದೆಯೋ... ತೆಕ್ಕೆ ಬಿಡಿಸಿಕೊಂಡು
ಚೆಲ್ಲಾಡಿದ ಹೂ ದಳಗಳು ಬಿಕ್ಕುತ್ತಿವೆ
ತುರುಬ ಕ್ಲಿಪ್ ದಿಂಬ ಸಂದಿನಲ್ಲೇ ಬಿಟ್ಟುಹೋಗಿದ್ದೀಯ
ಹಣೆ ಬಿಂದಿಯೂ ನನ್ನ ಬಲಗೆನ್ನೆ ಮೇಲೆ ಇನ್ನೂ ಮಲಗಿದೆ

ಅದ್ಯಾವ ಗಳಿಗೆ ತಟ್ಟಿ ಮಲಗಿಸಿದೆ...?
ಮುತ್ತುಗಳೆಲ್ಲಾ ಇನ್ನೂ ಹಸಿ ಹಸಿಯಾಗಿಯೇ ಇವೆ
ರಾತ್ರಿಯನ್ನು ಶೃಂಗರಿಸಿದ್ದು ನಿನ್ನ ಪಿಸುಮಾತುಗಳೇ
ಎದೆಯ ರೋಮಗಳ ನಡುವೆ ನಿನ್ನ
ಕೋಮಲ ಬೆರಳುಗಳು ನಲಿದಾಡಿದ್ದಷ್ಟೆ ನೆನಪು
ಹೆಬ್ಬೆರಳ ತುದಿಯಿಂದ ಕಣ್ಣರೆಪ್ಪೆಯ ಅಂಚಿನವರೆಗೂ
ರಮ್ಯ ರಾಗದ ಅಮಲು
ಸ್ವರ - ಸ್ವರದ ಜುಗಲ್‌ಬಂಧಿ
ಕೊಟ್ಟಿದ್ದು ತಿರುಗಿ ಪಡೆದದ್ದು ಲೆಕ್ಕವಿಡಲಾಗಲಿಲ್ಲ

ತಿಳಿ ಬೆಳಕ ನಡುರಾತ್ರಿ ಭೋರ್ಗರೆದ ಮಳೆ
ಹೊಳೆ ತುಂಬಿ ಹರಿಯಿತು ಬೆಳಗು ಮೈದುಂಬಿತ್ತು
...ಮಗ್ಗಲು ತಿರುಗಿದೆ ಮತ್ತದೆ ಖಾಲಿ ತೋಳುಗಳು
ನುಜ್ಜುಗುಜ್ಜಾಗಿ ಚೆಲ್ಲಾಡಿದ ಹೂ ದಳಗಳು ನೋಡಿ ನಕ್ಕವು.
ಮತ್ತೆ ರಾತ್ರಿಗೆ ಕಾಯುತ್ತಿದ್ದೇನೆ..

ಜೀವಧ್ಯಾನ

ಗೆದ್ದಲು ಹಿಡಿದ ಎದೆಗಳಲ್ಲಿ
ಹಸಿರ ಹುಲ್ಲು ಚಿಗುರಲಿ
ಊರ ಹಾದಿಯಲ್ಲಿ
ಬಿಳಿ ಹೂವುಗಳ ಮೆರವಣಿಗೆ ಹೊರಡಲಿ
ರಾಮ- ರಹೀಂರ ಹೊತ್ತು
ಜೀವ ಪಲ್ಲಕ್ಕಿ ತೂಗಲಿ

ಮಿನಾರಿನ ತುತ್ತ ತುದಿಯಲ್ಲಿ
ನಕ್ಕ ಚಂದಿರನೆ
ಶಿವನ ತುರುಬಿನ
ತುದಿಯಲ್ಲೂ ನಕ್ಕಿದ್ದಾನೆ
ಬುದ್ಧ ನಗೆಯಲ್ಲೂ
ಅವನೇ ಇದ್ದಾನೆ ಧೇನಿಸಿದಾಗ
ಕಂಡಾರು ರಾಮ-ರಹೀಂ
ಅಸೀಮ ಪ್ರೀತಿಫಲನ

ಪರ್ವರ್ಧಿಗಾರನಿಗೆ
ನಿವೇದಿಸಿದ ಖರ್ಜೂರವೂ
ಸಿಹಿಯೇ
ರಾಮನ ಮೈ ತೊಳೆದ ಪಂಚಾಮೃತವೂ ಸಿಹಿಯೇ
ತಿಂದ ನಾಲಿಗೆಗಳೇಕೆ ನಂಜಾಗಬೇಕು?

ಧೂಪ ಒಂದೇ, ದೀಪವೊಂದೇ
ಹೂವ ದಳವೊಂದೇ
ನಿಮ್ಮೊಲುಮೆಗೆ
ಕೊರಳ ಕಿರುನಾಲಿಗೆಯಲ್ಲಿ
ಕರುಳು ತಡಿಯಲ್ಲಿ ಜೇನು ಜಿನುಗಿ
ಜೀವ ಪ್ರೀತಿ ಮೊರೆಯಲಿ.

ಯುದ್ಧಗಳು ಬೇಕಾಗಿವೆ

ಯುದ್ಧಗಳು ಬೇಕಾಗಿದೆ!
ಹೆಣದ ವ್ಯಾಪಾರಿಗೆ
ಗಂಗಾನದಿಯ ವಿಧವೆಯರ ವಾಡಿಗಳು ಸ್ವಚ್ಛಗೊಳ್ಳುತ್ತಿವೆ
ಹಿಮದ ತೊರೆಯೀಗ ಕೆಂಪು ಕೆಂಪು

ಅಸಾದಿಯೊಬ್ಬ ಹಲ್ಲಲ್ಲು ಕಡಿದು
ಕೊರಳ ಸಿಗಿದು ನೆತ್ತರ ರುಚಿ ಚಪ್ಪರಿಸಲು ಗಡಿ ಸುತ್ತ ಕುಣಿಯತೊಡಗಿದ್ದಾನೆ

ಮನೆಯಲ್ಲೀಗ ತುಪ್ಪದ ದೀಪ ಹಚ್ಚಲಾಗಿದೆ
ಗಡಿಯಲ್ಲಿ ಬಿಳಿ ಹೂಗಳೆ ಬೆಟ್ಟವಾಗಿ ಬೆಳೆದು
ಯುದ್ಧ ಸಾಯಲೆಂದು.

ಈ ರಜೆಗೆ ಬಂದೇ ಬರುತ್ತಾನೆ
ಚೆಂದದೊಂದು ಚೆಲುವೆ ನೋಡಿಟ್ಟಿದ್ದೇನೆ.
ಪಿಳಿ ಪಿಳಿಯ ಕಣ್ಣ ಕೂಸಿಗೆ ವೀರಾಗ್ರಣಿ ಅಪ್ಪನನ್ನು ತೋರಿಸಬೇಕು
ಹಾಸಿಗೆ ಹಿಡಿದ ಆ ಜೀವ ಕೊನೆ ಗುಟುಕು ನೀರಿಗೆ ಕಾದಿರುವುದು
ಅವನಿಗಾಗಿಯೇ
ತಂಗಿಯೊಬ್ಬಳು ಅವನಿಗಾಗಿ ಮೆದು ನೂಲಿನ ಕೌದಿ ನೇಯ್ದು ಕಾದಿದ್ದಾಳೆ
ಛೇ, ಇದೆಲ್ಲಾ ಈ ಹೆಣದ ವ್ಯಾಪಾರಿಗೆ ಗೊತ್ತೇ ಇಲ್ಲವಾ?
ಅವನು ಕಣದಲ್ಲಿ ನಿಂತು ಹೆಣದ ಲೆಕ್ಕ ಪಡೆಯಲು ಸಿದ್ಧನಾಗಿದ್ದಾನೆ.
ರಕ್ತ ನುಗ್ಗಿ ಸರಾಗವಾಗಿ ಹರಿಯಲು ಕಾಲುವೆಗಳ ಕೆತ್ತುತ್ತಿದ್ದಾನೆ.

ಅವನು ಸುಮ್ಮನಿಲ್ಲ.
ಥೈಲಿ ತುಂಬಬೇಕು.
ಮದ್ದು-ಗುಂಡುಗಳು ತುಕ್ಕು ಹಿಡಿಯುವ ಮುಂಚೆ ಮಾರಿಕೊಂಡು
ಮಾಯವಾಗಲು ಕಾದು ಕುಂತಿದ್ದಾನೆ ಮಹಾ ಸಂಚುಕೋರ

ರಣಯುದ್ಧದ ಕಥೆ ಹೇಳಲಾಗುತ್ತಿದೆ
ಎಳೆ ನರದಲ್ಲಿ ರಕ್ತ ರಭಸಗೊಂಡು ವ್ರಣವಾಗುವಂತೆ
ಕೋಣೆಯಲ್ಲಿ ಗವ್ವನೆ ಕತ್ತಲು
ಅಳುವ ಸದ್ದೆಲ್ಲಾ ಈಗ ಸಮರಗೀತೆಗಳಂತೆ ಕೇಳಿಸಲಾಗುತ್ತದೆ.

ಗಂಗೆ ಇನ್ನೂ ಕೆಂಪು ಹಿಮಾಲಯ ರಕ್ತ ಮುಕ್ಕಿ ಹರಿಯಲಿದೆ
ಪಿಂಡ ಪೂಜಾರಿಗಳಿಗೆ ಹಬ್ಬ
ಗಂಗೆಯ ಘಟ್ಟದ ವಾಡಿಗಳಲ್ಲಷ್ಟೇ ಅಲ್ಲ ಊರೂ, ಕೇರಿ,
ಹಜಾರಗಳೆಲ್ಲೆಲ್ಲಾ ಕಣ್ಣೀರ ಮೆರವಣಿಗೆ

ಇನ್ನೋ...
ಕಾರ್ಖಾನೆಗಳು ಅಹೋರಾತ್ರಿ ಸದ್ದು ಮಾಡುತ್ತವೆ
ಬಾಂಬು, ಕ್ಷಿಪಣಿ ತೋಪುಗಳ ದಲ್ಲಾಳಿಗಳಿಗೆ ಸುಗ್ಗಿ
ದೇಶಾವರಿ ದೊರೆಯೀಗ ದೇಶಾಂತರ ಸುತ್ತುತ್ತಿದ್ದಾನೆ
ಯುದ್ಧ ಭೂಮಿಯ ಗುತ್ತಿಗೆ ಕೊಡಲು
ಎಲುಬು, ತಲೆ ಬುರುಡೆ, ತೊಡೆ ಮೂಳೆಗೂ ಖರೀದಿದಾರರಿದ್ದಾರೆ.
ವೀರಗಲ್ಲುಗಳಿಗೆ, ಚಕ್ರ ಮೆಡಲ್, ಸಮ್ಮಾನ ಪತ್ರಗಳಿಗೂ ಆರ್ಡರ್ ಕೊಡಲಾಗಿದೆ.
ಮೊಹರು ಒತ್ತಿದ ಶವಪೆಟ್ಟಿಗೆಗಳು ಗಡಿಗೆ ಹೊರಟಿವೆ

ದೇಶ ಉದ್ದೇಶಿಸಿ ಮಾತನಾಡುತ್ತಾರೆ..
ನಿಮಗೂ ಕೇಳೇ ಕೇಳುತ್ತದೆ...
ನೀವೂ ಘೋಷಣೆ
ಹಾಕಬೇಕು ಚಪ್ಪಾಳೆ ತಟ್ಟಬೇಕು
ಡಬ್ಬ ಹಿಡಿದುಕೊಂಡು ಬೀದಿ ಬೀದಿಯಲ್ಲಿ ಚಂದಾ ಎತ್ತಲು ರೆಡಿಯಾಗಿ ಬಿಡಿ
ಈಗ ಯುದ್ಧ ಕಾಲ.

ಮರುಹುಟ್ಟು

ದಾರಿಯುದ್ದಕ್ಕೂ
ಕಣಗಲ ಹೂ ಸಾಲು ನಗಲಿ
ನೆನಹುಗಳ ಬಿಕ್ಕಳಿಕೆಗಳು
ಬಿಡದೆ ಕಾಡಲಿ
ಮಾಯೆ ನಿಜ ರೂಪಗೊಂಡು
ನಿನ್ನ ಎಡಬಿಡದೆ ಮಳೆಯಾಗಿ ರಮಿಸಲಿ
ಹೆರಳ ತುದಿಯಲ್ಲಿ
ಹನಿ ಹನಿಗಳು
ತೃಪ್ತಿಯಿಂದ ಸೊಕ್ಕಿ ತೊಟ್ಟಿಕ್ಕಲಿ
ಚಿತೆಯ ಮುಂದೆ
ಈ
ಗುಟುಕು ಜೀವ
ತಟತಟ ಎನ್ನುತ್ತಿದೆ

ತುಟಿ ಸೋಕಿಸಿಬಿಡು
ಅಮೃತದ ಹನಿಯೊಂದು
ಬೇರಿನಾಳಕೆ
ಇಳಿದು
ಚಿತೆಯ ತುಂಡಿನಲ್ಲೂ
ಹೊಸ ಚಿಗುರೊಂದು
ಕುಡಿಯೊಡೆದೀತು
ಹಸಿರು ಬಸಿರಾಗಿ
ಹೂವ ಹಡೆದೀತು...

ನಾನು ಬನದ ನವಿಲು

ನಾನು ಬನದ ನವಿಲು
ಗೊಡ್ಡು ಪುರಾಣಗಳ ಜಂತಿಗೆ ತೂಗಬೇಡಿ ನನ್ನ
ಆ ಕೃಷ್ಣನ ಕೊಳಲ ತುದಿಯ
ಕಿರೀಟದ ಶೃಂಗ ಸಂಕೇತ ಸಂಭ್ರಮ ಬೇಕಿಲ್ಲ
ನಾನು ಬನದ ನವಿಲು ॥

ದೇಶ ಭಕ್ತಿಯ ಮೆರವಣಿಗೆಯಲ್ಲಿ ನಾನು ಕುಣಿಯಲಾರೆ
ಕಾಲುಗಳಿಗೆ ಕಟ್ಟಿದ ಚಿನ್ನದ ಗೆಜ್ಜೆಯ ಭಾರ ಬಾಧಿಸುತ್ತಿದೆ
ದೇಶ– ಸಾಮ್ರಾಜ್ಯಗಳ
ಛತ್ರಿ– ಚಾಮರ, ಕೋಟೆ –ಕೊತ್ತಲಗಳ ಲಾಂಛನವಾಗಲಾರೆ
ಗರಿ ಗರಿಯೂ ಸ್ವಾತಂತ್ರ್ಯವ ಬೇಡುತ್ತಿದೆ
ಪರಿ ಪರಿ
ನಾನು ಬನದ ನವಿಲು ॥

ಕಲ್ಪನಾ ಸುಖದ ದೇವಗರತಿಯರ ಪಟ್ಟ ಬೇಡ
ವರ–ಪ್ರಸಾದಗಳ ಬಸಿರ ಹೊತ್ತು
ಹಡೆವ ತಾಯ್ತನವೂ ಬೇಡ
ಮರದಿಂದ ಮರಕ್ಕೆ ಬನದಿಂದ ಬನಕ್ಕೆ ಹಾರಬೇಕು
ಮೋಡ ಮುದಗೊಂಡು ಚೆಲ್ಲಾಡುವಂತೆ ಕುಣಿಯಬೇಕು
ಗರಿಯ ಬಣ್ಣ ಸಖೀಯ ಕರೆವಂತೆ
ನಾನು ಬನದ ನವಿಲು ॥

ಕಾಡ ಕಣ್ಣೀರ ಕಥೆ ಹೆಣೆದು ಹಣಿಯಬೇಡಿ
ಬೆವರು ಬಸಿದುಕೊಂಡು
ಕಾಮ ಸುರವಿಕೊಂಡು
ರೆಕ್ಕೆ ರೆಕ್ಕೆಯೊಳಗೆ ತೆಕ್ಕೆಯಾಗಿ
ಸೊಕ್ಕು ತಣಿಯಬೇಕು
ಸಖಿಯ ಬಸಿರಿಗೆ ಬನದ ಸಿರಿಗೆ
ಜೋಗುಳವ ಹಾಡಬೇಕು
ನಾನು ಬನದ ನವಿಲು ॥

ಒಡಲ ನದಿ

ಅವನು ಕುದುರೆ ಏರಿ ಬಂದ
ಸಪ್ತ ಸಾಗರವ ದಾಟಿ
ಸಪ್ತ ಪರ್ವತಗಳ ಏರಿಳಿದು
ಕಿಬ್ಬೊಟ್ಟೆಯ ಕಣಿವೆ ಹಾದು
ನಿತ್ಯ ಸಂತಸದ ಎದೆಯ ಹಾದಿ ನಡೆದು..

ಅವನು ಅಂತಿಂಥವನಲ್ಲ.
ಮಡಿಲ ತುಂಬಿದ ಹೂವ ಕೂಸು
ಭುಜ ಮಟ್ಟ ಬೆಳೆದ ಕರುಳ ಬಳ್ಳಿ
ನನ್ನ ಕಣ್ಣ ಹನಿಗೆ ಬೊಗಸೆ
ನಗುವ ಕಾಲದ ಸೊಗಸು
ಮಾತು ಮಾತು ಕೆಣಕಿ
ಮುದ್ದಾಡಿದ 'ಮಹಾ ಪ್ರೀತಿ'ಯೇ
ಅವನು.

ಅವನ ಬಾಚಿ ಎತ್ತಿದಾಗ
ತೋಳ ತೆಕ್ಕೆಯಲ್ಲಿ
ನಾ 'ಅವನಮ್ಮ' .
ಅವನು ಅಂಗಾತ ತಬ್ಬಿ
ಭಾವ ಮುತ್ತಿದಾಗ
ಎಂದೆಂದಿಗೂ ಅವನೇ 'ನನ್ನಮ್ಮ'.

ಸೆರಗ ಜುಂಗಿಗೆ ಜೋತುಬಿದ್ದ
ರಗಳೆ
ಎದೆಯ ಒಳಗೆ ನಿತ್ಯ ಮಿಡಿವ ಜೀವತಂತು
'ಅವನು' ನಾನೆ...
ನಾನೇ 'ಅವನು' .

ನನ್ನ ಕರುಳ ಕೋಣೆಯಲ್ಲಿ
ಅವನಿಲ್ಲ, ಕತ್ತಲೆಂದು ಕೊರಗೆನು
ನೆತ್ತಿ ಎತ್ತಿ ನೋಡಿದರೆ
ಅವನಲ್ಲದೆ ಬೇರೇನೂ ಕಾಣೆನು
ಮುಗಿಲಲ್ಲಿ ನೆರೆದ ತಾರೆಗಳು
ಬೇರ್‍ಯಾರು ಅಲ್ಲ.

ಒಡಲ ಬಯಲಲಿ ಅವನಲ್ಲದೆ
ಬೇರಾವ ನದಿಯೂ ಹರಿಯುತ್ತಿಲ್ಲ.
ಅವನೆಂದರೆ ಎಂದಿಗೂ ಬತ್ತದ
ಜೀವಜಲ...

ಆಹುತಿ

ನೀನು ಉರಿಯುವುದು
ಗೊತ್ತಿದ್ದೇ
ನಿನ್ನ ಸುತ್ತ ಸುತ್ತುತ್ತೇನೆ
ಮತ್ತೆ ಮತ್ತೆ

ಕತ್ತಲು–ಬೆಳಕಿನ ಹಂಗಿಲ್ಲ
ನಿನ್ನ ರಮಿಸಲು
ರೆಕ್ಕೆ ಸುಟ್ಟು ನೆಲಕ್ಕೆ ಬಿದ್ದರೂ
ಮತ್ತೆ ಹಾರಿ ಮುತ್ತಿಟ್ಟು
ನಿನ್ನೊಂದಿಗೆ ಸಹಗಮಿಸುವ
ಧನ್ಯ ಧಾವಂತ ಚಡಪಡಿಸುತ್ತಿದೆ

ನನ್ನ ವಿರಹದ ಧಗೆ ಮುಂದೆ
ನಿನ್ನ ಉರಿತಾಪ ಏನೂ ಅಲ್ಲ
ನಿನ್ನಿಂದಲೇ ಸುಟ್ಟು ಬೂದಿಯಾಗುವುದರಲ್ಲೂ
ಸುಖವಿದೆ
ಮರು ಹುಟ್ಟುವ ಕಾಲಗರ್ಭಕ್ಕೆ ತತ್ತಿಯಾಗಿ
ತಳೆಯಲು...
ಮತ್ತೆ ಮತ್ತೆ ನಿನ್ನ ಉರಿ ಸೋಕಿ ಸುಖಿಸಲು
ನಿನ್ನೊಳಗೆ ಕರಗಿ
ನಿನ್ನಂತೆ ಉರಿಯಲು
ಜಗದ ಕತ್ತಲಿಗೆ ಬೆಳಕ ಚೆಲ್ಲಲು...

ನಾನು ನೆಲದ ಮಗ

ನಾನು ನೆಲದ ಮಗ
ಪಾತಾಳ ಗರ್ಭದಲ್ಲಿ ತತ್ತಿ ತಳೆದು
ಮೊಳಕೆಯೊಡೆದು ನೆಲವ ಸೀಳಿ
ಮುಗಿಲ ಕಡೆಗೆ ಮುಖ ಚಾಚಿ
ಎದ್ದು ಬಂದವನು.

ಅವಳು ನನ್ನ ಹಡೆದವ್ವ ಎಂದಿಗೂ ರಕ್ತ ಬೇಡದವಳು
ಬೆಂಕಿ ಉಗುಳದವಳು, ದಂಡೆತ್ತಿ ಬಂದವರ ದಂಡಿಸದೆ
ತನಗೆ ತಾನೇ ಧಗ ಧಗನೇ ದಹಿಸಿಕೊಂಡವಳು
ಅವಳ ಬಣ್ಣವೇ ನನ್ನ ಬಣ್ಣ ಎಂದಿಗೂ ಬಿಳಚಿಕೊಳ್ಳದ್ದು
ಬಣ್ಣ ಮಾಸಿ ಮೋಸಗೊಳಿಸದ್ದು
ಬಣ್ಣದ ಮಾತಾಡಿ ಮಗ್ಗಲ ಇರಿಯದವಳು
ಮುಟ್ಟಿದವರನ್ನೆಲ್ಲ ಮಡಿಲಿಗಿಟ್ಟುಕೊಂಡು
ಎದೆ ಹಾಲ ಎರೆದ ನಾಗಕುಲದ ಗರತಿ ನನ್ನವ್ವ .

ಸಿಂಧೂ, ಗಂಗೆ, ತುಂಗೆ, ಕಾವೇರಿ
ಚೋದಾರ ಕೆರೆಯ ಹನಿ ಹನಿಗಳ
ಹೀರಿ ಹಿರಿದಾದ ಮಕ್ಕಳಿದ್ದಾರೆ.
ಅಪರಾತ್ರಿಯಲ್ಲಿ ಎದ್ದು ಬಂದು
ಅವಳೆದೆಯ ಮೇಲೆಲ್ಲಾ ನಿಮ್ಮ ದೇವರುಗಳಿಗಾಗಿ
ತಿರುಕನಂತೆ ತಿರುಗಿ ಸೋತು
ಅವಳಂತೆ ತಾಯಿಯಾದವನು ಬುದ್ಧ
ಪ್ರೀತಿ-ಕಾರುಣ್ಯದ ಬುತ್ತಿಯ ಹಂಚಿದವನು
ಅವನೊಳಗೆ ಹರಿದಿತ್ತು ಅವಳದ್ದೇ ತಣ್ಣನೆಯ ರಕ್ತ.

ಅವರು ಅದೆಲ್ಲಿಂದ ಬಂದರೋ...?
ಕಲ್ಯಾಣದಲ್ಲಿ ಕಂಡ ಕಂಡ ಕಡೆ ಹಗಲಿರುಳೆನ್ನದೆ
ಅವಳ ಇರಿದರು ತಲೆ ಕಡಿದು ಎಳೆಹೊಟ್ಟೆ ಎಳೆಸಿದರು
ಚೆಲ್ಲಾಡಿದ ರಕ್ತ-ಕಣ್ಣೀರಿನ ಸೆಲೆಯಲ್ಲಿ ಅವನು ಹುಟ್ಟಿದ
ಥೇಟ್ ಅವಳಂತೆ. ಕಣ್ಣ ಕಣದಲ್ಲಿ ಪ್ರೀತಿ-ಮನುಷ್ಯತ್ವದ

ತೇರ ಎಳೆಯುತ್ತಾ ಶರಣರೊಳಗೆ ಶರಣನಾಗಿ ಕುಲವೊಂದೆ
ಎಂದ ಅಣ್ಣಾ ಬಸವಣ್ಣ ಅವನಂಥ ಮಗ ಯಾರಿಲ್ಲ.

ಅಲ್ಲೊಬ್ಬ ಕಾಫೀರ ದಾರಶಿಕೋ
ಅವಳ ಮಡಿಲಲ್ಲೆ ಕೂತು ನಿರುಮ್ಮಳವಾಗಿ ಪದ್ಯ ಬರೆಯುತ್ತಿದ್ದಾನೆ
ಯುದ್ಧ-ಸಾಮ್ರಾಜ್ಯಗಳ ಸದ್ದಿನ ನಡುವೆ
ಶಾಂತಿ, ಪ್ರೀತಿಯ ಜೀವತುತ್ತುಗಳ ಉಣಿಸುತ್ತಾ
ರಕ್ತ-ಹೆಣಗಳ ರೇಜಿಗೆ ಹುಟ್ಟಿ
ರಣಾಂಗಣವನ್ನೇ ಬಿಟ್ಟು ಬಂದು
ಅವಳ ತೊಡೆಮೇಲೆ ಧ್ಯಾನಸ್ಥನಾದ ನನ್ನ ದೊರೆ ಅಶೋಕ ಅವಳ ಮಗನೇ.

ರತ್ನ ಖಚಿತ ಕಿರೀಟವಿಟ್ಟು, ಚಿನ್ನ ಚಿತ್ತಾರಗಳ ಸೀರೆ ಉಡಿಸಿ
ಖಡ್ಗ- ತ್ರಿಶೂಲಗಳ ಕೈಗಿಟ್ಟು, ನೆತ್ತರ ತಿಲಕ ನೆತ್ತಿ ಬಳಿದವರು
ಅವಳದ್ದೇ ಮಕ್ಕಳ ಬೇಟೆ ನಡೆಸಿ ಎಡೆ ಇಟ್ಟಿದ್ದರು.
ಆಗ ಬಂದ ನೆಲದ ಮಗ
ಚಿಂದಿ ಚಿಂದಿಯಾದ ಸೀರೆ-ಕುಪ್ಪಸಕೆ ನೂಲ ನೇಯ್ದು
ನೆತ್ತರದಿ ನೆಂದ ಮುಖ ತೊಳೆದ
ರತ್ನ ವೈಢೂರ್ಯಗಳ ಹುಸಿ ವೇಷ, ಹಸಿ ದ್ವೇಷವ ಕಿತ್ತೆಸೆದ
ನಿಜ ತಾಯಿಯ ಕರುಳ ಕುಡಿ ಬಾಬಾಸಾಹೇಬ ಅಂಬೇಡ್ಕರ್.

ಪರದೇಶಿಗಳು ಕೇಳುತ್ತಿದ್ದಾರೆ
ಅವಳ ರಕ್ತದ ಪರಿಚಯ ಬೇಕಂತೆ.
ಹೇಳುತೇನೆ ಕೇಳಿಸಿಕೊಳ್ಳಿ ..
ನಿಮ್ಮ ಮುಖಗಳನ್ನು ಕನ್ನಡಿಯಲ್ಲಿ ನೋಡಿಕೊಳ್ಳಿ
ರಕ್ತದ ಕಲೆಗಳು ಕಾಣುತ್ತವೆ.
ನಿಮ್ಮ ಕೈಗಳ ಮೂಸಿ ನೋಡಿ ರಕ್ತದ ಘಮಟು
ಇದ್ದೇ ಇರುತ್ತದೆ.
ಅಗಸೆ ಬಾಗಿಲ ಕಲ್ಲು ಕಂಬಗಳನ್ನೊಮ್ಮೆ ದಿಟ್ಟಿಸಿ ನೋಡಿ
ಜೋತು ಬಿದ್ದ ಚರ್ಮದ ತುಂಡುಗಳಿರುತ್ತವೆ.
ಬಾವಿಕಟ್ಟೆ, ನಿಮ್ಮ ದೇವರ ಗುಡಿಯ ಅಂಗಳ
ದಲ್ಲಿ ಅವಶೇಷಗಳಿವೆ ಹೆಣದ್ದು, ಕಣ್ಣೀರಿನದ್ದು.
ಸುಟ್ಟ ಗುಡಿಸಲಿನ ಝಳ ಇನ್ನೂ ಆರಿಲ್ಲ
ನರಳುವ ಸದ್ದು ಕೇಳಿಸಿಯೇ ಕೇಳಿಸುತ್ತದೆ
ಭಾರತದ ಗಲ್ಲಿ ಗಲ್ಲಿಗಳಲ್ಲಿ ಧರ್ಮ-ದೇವರಿಗಾಗಿ ನೀವು
ಬಲಿಕೊಟ್ಟವರ ನೆತ್ತರ ಇನ್ನೂ ಹಸಿ ಹಸಿಯಾಗಿಯೇ ಇದೆ
ಪರೀಕ್ಷಿಸಿ . ಅದು ಯಾರ ರಕ್ತ ಎಂದು ಗೊತ್ತಾಗುತ್ತದೆ.

ಮಿಥುನ ಮಾಯೆ

ಅಬ್ಬಾ! ಎಂತಹ ಮಾಯಗಾತಿ
ಅವಳು
ಹುಸಿಮಾತುಗಳನ್ನು ಹೆಣೆಯುತ್ತಲೇ
ಹಣೆ, ಗಲ್ಲ, ತುಟಿಗಳೆಗೆಲ್ಲ
ಮಾಯದ ಮದ್ದು ಸವರುತ್ತ
ನಿಜದಂತೆ
ಪ್ರೀತಿಯನ್ನು ವಂಚಿಸುತ್ತಿದ್ದಾಳೆ.

ಒಂಟಿ ಮರವೊಂದು ಹೂಗಳ
ಮುಕ್ಕಳಿಸಿ
ಘಮಲಿಕ್ಕಿ ಸೆಳೆದಂತೆ ಬದುಕಿದ್ದೇನೆ
ಸುಳ್ಳುಗಳ ನಂಬಿ
ಅವಳು ಇಂದಲ್ಲಾ ನಾಳೆ
ನಿಜವಾಗಿ ಬಿಟ್ಟಾಳು ಎಂದೇ..

ಹಗಲಿಗೆ ಹಗಲಾಗಿ
ಇರುಳಿಗೆ ಇರುಳಾಗಿ
ಅವಳ ನುಣ್ಣನೆಯ ಕೆನ್ನೆ ಸವರಿದ ನೆನಪುಗಳ
ಇರಿತಗಳ ಭಾದೆಯಲ್ಲೂ
ಉಸಿರು ಉಯ್ಯುತ್ತಿದ್ದೇನೆ.

ನೆತ್ತಿಯ ಮೇಲೆ ಕುಂತು
ನಕ್ಕು ಲೇವಡಿ ಮಾಡುವ
ಹದ್ದು ಕೂಡ ಅವಳ
ಜನ್ಮಾಂತರ ರೂಪವಾಗಿರಲೂಬಹುದು.

ಗೊತ್ತು ನನಗೆ,
ಅವಳು ಪ್ರೀತಿಯ ಅಮಲು ಉಣಿಸುತ್ತಿದ್ದಾಳೆ.
ಕೋಮಲ ಎದೆಗಳಿಗವುಚಿಕೊಂಡು
ತೋಳುಗಳ ತೆಕ್ಕೆಯಲ್ಲಿ
ತಟ್ಟಿ, ತೂಗಿ ತಲೆನೇವರಿಸಿ ಜೋಂಪು ಹತ್ತಿಸಿದ್ದಳು
ಅದ್ಯಾವ ಘಳಿಗೆಯಲ್ಲಿ ಎದ್ದು ಹೋದಳೋ..
ಅಂಗೈಗೆ ಅವಳು ಹಚ್ಚಿದ್ದ ಮದರಂಗಿ ರಕ್ತ ಮುಕ್ಕಳಿಸುತ್ತಿತ್ತು.

ಕಾದಿದ್ದೇನೆ
ಬದುಕಿದ್ದಷ್ಟು ಕಾಲ
ಅವಳ ಹುಸಿ ಪ್ರೀತಿಯ ಅಮಲಿನಲ್ಲಾದರೂ
ಸುಖಿಸುವುದಕ್ಕಾಗಿ...

ಅದೇ ಸುಗಂಧ ಗಾಳಿ ಬೀಸುತ್ತಿದೆ.
ಓ... ಅವಳು ಬಂದಳಂತೆ ಕಾಣುತ್ತಿದೆ
ನೀವಿನ್ನು ಹೊರಡಿ
ನಾನೀಗ ಅವಳ ಕೋಮಲ ಎದೆಗಳಿಗೆ ಕಿವಿಗೊಡಬೇಕು
ತೋಳುಗಳಲ್ಲಿ ಸೆರೆಯಾಗಬೇಕು
ಮತ್ತದೇ ಹುಸಿ ಪ್ರೀತಿಯ ಅಮಲಿನಲ್ಲಿ ಕರಗಬೇಕು.

ನಾನೂ ಗೌರಿ...

'ಮರಿ, ಕಂದಾ, ...'
ನನ್ನದೆಗೆ, ಹಣೆಗೆ ಗುಂಡಿಕ್ಕುವ ಮುಂಚೆ ಅದೆಷ್ಟು ಹಸಿದಿದ್ದೋ ಏನೋ?
ನನಗಾಗಿ ಕಾದು, ಅಲೆದಾಡಿ, ಹಿಂಬಾಲಿಸಿ ಅದೆಷ್ಟು ಬಾಯಾರಿದ್ದೋ ಏನೋ?
ನಿನ್ನ ಸೊಂಟದಲ್ಲಿದ್ದ ಪಿಸ್ತೂಲ್‌ನ್ನು ಹೊರ ತೆಗೆಯುವುದು ನನ್ನ ಕಣ್ಣಿಗೆ ಬೀಳದೆ
ಇದ್ದಿದ್ದರೆ ಒಳ ಕರೆದು ಫ್ರಿಜ್‌ನಲ್ಲಿಟ್ಟಿದ್ದ ಚಪಾತಿಯನ್ನು ಬಿಸಿ ಮಾಡಿ ಕೊಡುತ್ತಿದ್ದೆ.
ಬೆಲ್ಲದ ಜೊತೆ ತಣ್ಣನೆಯ ನೀರು ಕೊಡುತ್ತಿದ್ದೆ. ಅದ್ಯಾರ ಒತ್ತಡವೋ ಏನೋ?,
ಅದೇನು ಕಷ್ಟ, ಬಾಧೆ ನಿನ್ನನ್ನು ನನ್ನ ಕೊಲ್ಲಲು ಅನಿವಾರ್ಯಕ್ಕೀಡುಮಾಡಿತೋ?

ನನ್ನದೆಗೆ ಗುಂಡಿಕ್ಕುವ ಕ್ಷಣ ಮುಂಚೆ ನನ್ನನ್ನು ಕೊಲ್ಲುವುದರಿಂದ ನಿನ್ನ ಬದುಕು
ಸಾರ್ಥಕವಾಗುತ್ತದೆ.
ಕಷ್ಟಗಳು ನೀಗುತ್ತವೆ, ಕುಟುಂಬದ ಬವಣೆ ಇಲ್ಲವಾಗುತ್ತವೆ ಅಥವಾ ನನ್ನ
ಕೊಲ್ಲುವುದರಿಂದ ನೀನು ಈ ದೇಶದ ಚರಿತ್ರೆಯಲ್ಲಿ ಸಾಮ್ರಾಟನಂತೆ ಚಿರಸ್ಥಾಯಿಯಾಗಿ
ಸಾವಿಲ್ಲದೆ ಸವ್ಯಸಾಚಿಯಾಗಿ ಉಳಿಯುವ ಮಹತ್ವಾಕಾಂಕ್ಷೆ ಇದೆ ಎಂಬುದನ್ನು
ಹೇಳಿಬಿಟ್ಟಿದ್ದರೆ ಸಾಕಿತ್ತು.
'ಮರಿ' ಎಂದು ನಿನ್ನ ಹಣೆಗೊಂದು ಮುತ್ತಿಟ್ಟು
ನಾನೆ ಎದೆಗೊಟ್ಟು ಆ ಪಿಸ್ತೂಲಿನ ಗುಂಡುಗಳನ್ನು ನಗುನಗುತ್ತಾ ಸ್ವಾಗತಿಸುತ್ತಿದ್ದೆ
ಮಗನೊಬ್ಬನಿಂದ ಮುಕ್ತಿ ಪಡೆದ ಧನ್ಯತೆಯಲ್ಲಿ ನಿನ್ನ ತೋಳಲ್ಲೇ ಕಾಲವಾಗಿ ಬಿಡುತ್ತಿದ್ದೆ.

ಈಗ ನೋಡು,
ಅದೆಲ್ಲಿ ತಲೆ ಮರೆಸಿಕೊಂಡು ಅಲೆದಾಡುತ್ತಿದ್ದಿಯೋ? ಏನೋ? ಎಂಥೋ?
ಸರಿಯಾಗಿ ತಿಂದ್ಯೋ, ಇಲ್ಲವೋ?

‘ಅವರು’ ನಿನಗೆ ಹೇಳಿ ಕಳುಹಿಸಿದ್ದರಂತೆ ನನ್ನ ಕೊಲ್ಲಲು.!
ನಿನ್ನ ಮೆದುಳಿಗೆ ವಿಷ ಚಿಮುಕಿಸಿರುವುದು ಗೊತ್ತಾಯಿತು. ನಿನ್ನ ಎಳೆ ಕೈಗಳಿಗೆ ನನ್ನದೇ ರಕ್ತ ಮೆತ್ತಿಕೊಂಡಿದೆ. ಕಣ್ಣೀರಿನಲ್ಲಿ ತೊಳೆದುಕೋ. ಅವರು ಬಂದು ಗಂಗಾಜಲದಿಂದ ಮಡಿಯಾಗಿಸಿ, ಗೋ ಗವ್ಯಗಳನ್ನು ಕುಡಿಸಿ, ಹಸ್ತೋದಕ ನೀಡಿ, ಗರಿಕೆ, ತುಳಸಿ ಸುಗಂಧ ಧೂಮಗಳಿಂದ ಪವಿತ್ರಗೊಳಿಸುವವರೆಗೂ ಕಾಯಬೇಡ. ಅವರೆಲ್ಲಾ ಈಗ ದೇವಲೋಕದಲ್ಲಿ ವರದಿ ಒಪ್ಪಿಸುತ್ತಿದ್ದಾರೆ.

ನೋಡು ನೀನೇನೋ ಕೊಂದು ಹೋದೆ. ಮುಂದಿನದ್ದನ್ನು ಅವರು ಮಾಡುತ್ತಿದ್ದಾರೆ.
ಇಲ್ಲೊಬ್ಬ ವಿಷಾತ್ಮ ನನ್ನ ಹೆಣಕ್ಕೆ ಹತ್ತಾರು ಪೆನ್ನುಗಳಿಂದ ಚುಚ್ಚಿ ಚುಚ್ಚಿ ನಗುತ್ತಿದ್ದಾನೆ.
ಹೆಪ್ಪಾದ ರಕ್ತವನ್ನು ಅಕ್ಷರದ ಒಲೆಯಲ್ಲಿ ಉರಿ ಹಾಕಿ ಕುದಿಸಿ
ಕಾಲದಿಂದ ಕಾಯ್ದುಕೊಂಡು ಬಂದ ಕೇಡನ್ನು ತೀರಿಸಿಕೊಳ್ಳುತ್ತಿದ್ದಾನೆ.
ಇಷ್ಟು ದಿನ ಇಲ್ಲೇ ಇದ್ದ ನಗುನಗುತಾ. ಇವನಿಗಿಂತ ನೀನೇ ವಾಸಿ.

ಮತ್ತೊಬ್ಬ ನನಗೆ ತಕ್ಕ ಶಿಕ್ಷೆಯಾಗಿದೆ ಎಂದು ಮೈಕು ಕಟ್ಟಿಕೊಂಡು ತಿರುಗುತ್ತಿದ್ದಾನೆ.

ಪ್ರಧಾನಿಗೆ ಟೈಮಿಲ್ಲ. ಪ್ರಜೆಯೊಬ್ಬಳು ಕೊಲೆಯಾದ ಸುದ್ದಿಯನ್ನು ಯಾರೂ ತಲುಪಿಸುವ ಧೈರ್ಯ ಮಾಡಿಲ್ಲ. ಅವರು ಯುದ್ಧ ತಪ್ಪಿಸಿ ಕೋಟ್ಯಾಂತರ ಜನರ ಜೀವ ಉಳಿಸಲು ಗಹನ ಮಾತುಕತೆಯಲ್ಲಿ ತೊಡಗಿದ್ದಾರೆ. ಇರಲಿ ಬಿಡು ‘ಮನ್ ಕೀ ಬಾತ್’ನಲ್ಲಿ ನೆನಪು ಮಾಡಿಕೊಳ್ಳಬಹುದು.

ಅದೆಲ್ಲಾ ಹೋಗಲಿ, ಬೆನ್ನ ಹಿಂದೆ ನನ್ನದೇ ರಕ್ತ ಹಂಚಿಕೊಂಡು ಹುಟ್ಟಿದವನೂ ನನ್ನ ಸಾವನ್ನು ವ್ಯಾಪಾರಕ್ಕಿಟ್ಟಂತೆ ಕಾಣುತ್ತಿದೆ. ಛೀ...!!!

‘ಮರಿ,’
ಅದ್ಯಾವ ತಾಯಿ ಹಡೆದ ಮಗನೋ ನೀನು. ನಿನ್ನ ಮೇಲೆ ನನಗೆ ಯಾವ ಕೋಪವೂ ಇಲ್ಲ.
ನಿನ್ನಂತಹವರೇ ಅದೆಷ್ಟೋ ಹುಡುಗರು ಇಂದು ಬಲಿಯಾಗಿದ್ದಾರೆ,
ಬಲಿಯಾಗುತ್ತಿದ್ದಾರೆ.
ನಿನ್ನನ್ನು ಈ ಕೃತ್ಯಕ್ಕಿಳಿಸಿದವರ ಬಗ್ಗೆಯಷ್ಟೇ ನನ್ನ ಆಜನ್ಮ ತಕರಾರಿತ್ತು ನಿಜ, ಆದರೆ ಕೊಲ್ಲುವಷ್ಟಲ್ಲ.

‘ಪುಟ್ಟಾ, ’
ಓಡಿ, ಓಡಿ ಸುಸ್ತಾಗಿದ್ದೀಯಾ? ನಿನ್ನನ್ನು ಯಾರೂ ಗುರುತಿಸಿಲ್ಲ. ಬಾ,
ನಮ್ಮೂರ ಸ್ಕೂಲ್ ಮೈದಾನದಲ್ಲಿ ನನ್ನ ನೆಪದಲ್ಲಿ ಷಾಮಿಯಾನ ಹಾಕಿದ್ದಾರೆ.

ಕಣ್ಣೀರ ಜೊತೆ ನೀರು, ಅನ್ನದ ಪ್ಯಾಕೇಟುಗಳನ್ನು ಹಂಚುತ್ತಿದ್ದಾರೆ. ತಿಂದು, ಕುಡಿದು, ನೆರಳಿಗೆ ಒರಗಿ ಆಯಾಸ ತೀರಿಸಿಕೋ.
ನನ್ನನ್ನು ಹಚ್ಚಿಕೊಂಡ ಹುಚ್ಚರು ಹಾಡು ಹೇಳುತ್ತಿದ್ದಾರೆ, ಲಾವಣಿ ಕಟ್ಟಿದ್ದಾರೆ, ತಮಟೆ, ಡೋಲು ಬಾರಿಸುತ್ತಾ, ಘೋಷಣೆ ಹಾಕುತ್ತಿದ್ದಾರೆ. ಹಾಡು ಕೇಳಿಸಿಕೊಂಡು ನಿರಾಳಾಗು. ಮಧ್ಯದಲ್ಲೇ ನಿನ್ನ ಬೈಯ್ಯಲೂಬಹುದು. ಕಿವಿಗೊಡಬೇಡ!

ಅಲ್ಲೇ ಯಾರಿಂದಲಾದರೂ ಸೆಲ್‌ಫೋನ್ ಪಡೆದು ನಿನ್ನ ಹೆತ್ತವಳಿಗೊಂದು ಫೋನ್ ಮಾಡು
ಅವಳು ಅದೆಷ್ಟು ಕೊರಗಿ ಕಾದಿದ್ದಾಳೋ...? ಹ್ಹಾ..., ನನ್ನ ಕೊಂದ ವಿಷಯ ಹೇಳಬೇಡ ಅವಳಿಗೆ.
ಅವಳು ಒಂದು ಹೆಣ್ಣು. ಕಣ್ಣೀರಿಟ್ಟು ಶಾಪವೇನಾದರೂ ನಿನಗೆ ಹಾಕಿ ಬಿಟ್ಟಾಳು...
'ಮರಿ..., '
ನಾನೀಗ ಹೂಗಳೊಂದಿಗೆ ಮಲಗಿದ್ದೇನೆ.

...ನಾನು ಗೌರಿ.

ಗುಜರಿ ಹುಡುಗಿ

ಗೋರಿಯ ಮೇಲೊಂದು ಈಚಲ ಗಿಡ
ನೀರು ಹಾಕಿ ಮಡಿಕಟ್ಟಿದ್ದೆ
ಬುಡದಲ್ಲಿದ್ದ ಅದ್ಯಾರದೋ ಹೆಣ
ತಕರಾರು ಇಲ್ಲದೆ ಗೊಬ್ಬರವಾಗಿತ್ತು.
ಮತ್ತೆ ಮತ್ತೆ ಅದೇ ಈಚಲ ಗಿಡದ ಬುಡಕ್ಕೆ
ಮೈ ಆನಿಸಿಕೊಂಡು ಒರಗುತ್ತೇನೆ.
ಧ್ಯಾನಿಸುತ್ತೇನೆ
ಬುದ್ಧನ ನೆನಪಿನಲ್ಲಿ...

ಗೋಣಿ ತಾಟಿನೊಳಕ್ಕೆ ಕೈ-ಕಾಲು ತುರುಕಿಕೊಂಡು
ಅದೇ ನೀಳ ಹಾಸುಗಲ್ಲಿನ ಗೋರಿಯ ಮೇಲೆ ಹಸಿವಿಗೆ
ಹಸಿವೆಂಬ-ಕಾಲವನ್ನು ತಬ್ಬಿಕೊಂಡು
ನಿದ್ದೆಗೆ ಹಾತೊರೆಯುತ್ತಿದ್ದ ಅಪರಾತ್ರಿ
ಒಂದು ದಿನವೂ ಹೆಣಗಳು ಕನಸಿಗೆ ಬರಲಿಲ್ಲ
ಯಾವ ಸೈತಾನ್‌ಗಳು ನನ್ನ ಎಬ್ಬಿಸಿ ಬೆಚ್ಚಿಬೀಳಿಸಲಿಲ್ಲ
ಮನುಷ್ಯರಂತೆ.!
ಅದೇ ಈಚಲ ಮರಕ್ಕೆ ನೆರಿಕೆ ಕಟ್ಟಿಕೊಂಡು
ತಕ್ಕಡಿ ತೂಗಿದ್ದ ರಜಾಕು ಸಾಹೇಬನ ಎದೆಗೆ 'ನೂರಿ' (ನೂರ್‌ಜಹಾನ್)
ಪ್ರೀತಿಯ ಬೀಜ ಬಿತ್ತಿದ್ದು...
ಅದು ಹೀಚಾಗಿ, ಹೂವಾಗಿ, ಕಾಯಾಗಿ,
ಹಣ್ಣು ಗೊಂಚಲು ಈಚಲ ಮರದಲ್ಲಿ ತೂಗುತ್ತಿತ್ತು.
ಚೆಗುವಾರನ ಹೆಗಲ ಮೇಲಿನ ಬಂದೂಕಿನ ಮೊನೆಯ ಗುಲಾಬಿ ಹೂವಂತೆ.!!!

ಮಸೀದಿ, ಬುರ್ಖಾಗಳ ಗೊಡವೆ ಬಿಟ್ಟು
ಹಸಿವಿನ ಬೆನ್ನು ಹತ್ತಿದ್ದ ಕಾಫಿರನ
ಹುಡುಗಿ ಅವಳು
ಹೆಗಲ ಮೇಲೊಂದು ಗೋಣಿ ಚೀಲ
ಊರ ಕಸವೆಲ್ಲಾ ಅದರೊಳಗೆ
ಬರಿಗಾಲ ಸ್ನಿಗ್ಧ ಸುಂದರಿ

ಪ್ರೇಮ್ ರೋಗ್ ಪಿಚ್ಚರಿನ
ಬೆಚ್ಚನೆಯ ಹಾಡುಗಳ ರಮ್ಯತೆಯಲ್ಲೂ
ಒಡಲಲ್ಲಿ 'ಕೆಂಪು' ಹಾಡುಗಳ ಕೆಂಡದ ಕುಲುಮೆಯ
ಬೂದಿ ಹಾರುತ್ತಿತ್ತು.
ದರ್ಗಾ, ಮಾರಿಗುಡಿಗೆ ಅವರಿಟ್ಟ ಮೊರೆ,
ಕಟ್ಟಿದ ಮುಡುಪು,
ಮಸಣದ ಪಾಲು –
ಯಾವ ಮಸೀದಿಯ ಬುರುಜುಗಳು
ಗುಜರಿ ಹುಡುಗಿಯ ಕಣ್ಣೀರಿಗೆ ಮರುಗಲಿಲ್ಲ..

ಈಚಲ ಮರ ಎತ್ತರಕ್ಕೆ ಬೆಳೆದಿದೆ... ಮಾಗಿದೆ
ಜೊತೆ ಜೊತೆಗೆ ನೀಲಗಿರಿ ತೋಪು ಮೈನೆರೆದು ಮೈತುಂಬಿಕೊಂಡಿವೆ
ಗೋರಿಯನ್ನೆಲ್ಲಾ ಮೈದಡವಿ ಮುದ್ದಿಸಿದೆ
ಎಂದೋ ಮಣ್ಣಾಗಿರುವ ಗೋಣಿ ತಾಟಿಗೆ ತಡಕಾಡಿದೆ..
ಈಚಲ ಮರವನ್ನು ಬಳಸಿ ತಬ್ಬಿಕೊಂಡೆ
ಕಥೆ ಕೇಳಿದ ಭಾಸ...ಸಸಸ
ಬುದ್ಧನ, ಷೇಕ್ಸ್‌ಪಿಯರ್‌ನ, ತಾಜ್ ಕಟ್ಟಿದ ದೊರೆಯ... ನೂರಿಯ...!
ಅದೊಂದು ದಿನ,
ಕಸದ ರಾಶಿಯ ನಡುವೆ ಕಂಡಂಗಾಯ್ತು
ಚನ್ನನನ್ನು ಅರಸಿ ಹೊರಟ ಅಕ್ಕನಂತೆ..
ಹೆಗಲ ಮೇಲೆ ಅದೇ ಹಳೆಯ ಗೋಣಿ ಚೀಲವಿತ್ತು
ಅದರಲ್ಲಿ ಊರ ಕಸವಿತ್ತು
ಅವಳ ಕಣ್ಣ ಪಾಪೆಯಲ್ಲಿ ತಾಜ್ ಕುಸಿದ ಅವಶೇಷವಿತ್ತು
ಹಾ...!, ಅವಳೇ ಅನಾರ್ಕಲಿ
ಬುರುಜಿನಲ್ಲಿ ಅಜಾನ್ ಕೊಗುತ್ತಿತ್ತು
ದೂರದಿಂದೆಲ್ಲೋ ಹಾಡು ಕೇಳುತ್ತಿತ್ತು...
'ಮುಜೇ ತೇರಿ ಮೊಹಬತ್ ಕಾ ಸಹರಾ
ಮಿಲ್ ಗಯಾ ಹೋತಾ...'

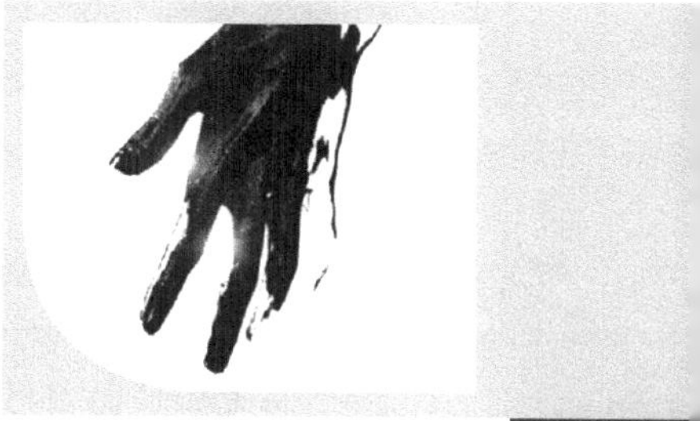

ಪಟದ ಚಿತ್ರ ಮಾತನಾಡಿತು!

ಗೋಡೆಗೆ ತೂಗು ಬಿದ್ದ ಪಟಕ್ಕೂ
ಜೀವ ಬಂದ ಘಳಿಗೆ
ನೆರೆತ ಮೈಗೆ ಗಿಡಗದ ಕಣ್ಣುಗಳು
ಅವ್ವನಿದ್ದಿದ್ದರೆ...?

*

ಹಾಡುಹಗಲೇ ಕನಸುಗಳು ಮುತ್ತಿಕೊಳ್ಳುತ್ತವೆ.
ಹಾದರದ ಅರಮನೆಯೊಳಗೆ
ಋತು ಸಂಕಟದ ಹಗಲು–ರಾತ್ರಿಗಳಲ್ಲೂ
ತರಾವರಿ ಚಿತ್ರ, ಕಥೆಗಳಿಗೆ ಕಿವಿಗೊಡುತ್ತೇನೆ
ಮೈವೊಡ್ಡುತ್ತೇನೆ ಕಾಮಸೂತ್ರದ ರೇಖಾಚಿತ್ರಗಳಂತೆ

ಕಿಬ್ಬೊಟ್ಟೆಯೊಳಗೊಂದು ಜೀವ ಬಳ್ಳಿಯ ಬಯಕೆ
ತಾಯ್ತನದ ಹರಕೆ
ಥೇ, ! 'ಸೂಳೆ ಮಗ(ಳು)' ನೆಂಬ ಹಣೆಪಟ್ಟಿಗೆ
ಗರ್ಭ ನಂಜುಗೊಂಡಾತು
ಬಂಜೆ ಪಟ್ಟಕ್ಕೆ ಅಡವಿಟ್ಟ ಒಡಲು

ಕಥೆ ಹೇಳಬೇಕೆನಿಸುತ್ತಿದೆ..
ಗರತಿಯರ ಓಣಿಯೊಳಗೆ!!!!!!!!!

*

ಲಂಪಟರ ಸಂತೆಯೊಳಗೆ ತಾಳ ತಪ್ಪಿದ ಹಾ(ಪಾ)ಡು
ಬಿಗಿದ ಕೊರಳೊಳು ನೂರು ರಾಗ
ಬೆಕ್ಕಸ ಬರಿದಾದವು
ಧಗ್ಗನೆ ಉರಿದುಹೋದವು

ಬಂದವರಿಗೆಲ್ಲ 'ಸೊಕ್ಕು' ಮುರಿವ ಆವೇಶ
ಬೆತ್ತಲೆಯ ಒಡಲೊಳು ಜೀಕುವ 'ಪುರುಷತ್ವ'ಕ್ಕೆ
ನಿಟ್ಟುಸಿರುಗಳೆಲ್ಲಾ...
ರತಿರಾಗದಂತೆ ಉನ್ಮಾದಿಸುತ್ತಿವೆ

ಹಾಡಬೇಕೆನಿಸುತ್ತಿದೆ...
ಶ್ರೋತೃಗಳಿಲ್ಲದ ಹಜಾರದೊಳಗೆ!!!!!

ರಂಗ 'ಮಂಚ'ದೊಳು ಬಂದು ಹೋದ ಪಾತ್ರಗಳು
ನೆನಪಿಗಿಲ್ಲ.
ಒಂದೇ, ಎರಡೇ...?
ಅವರಿಗಿರಬಹುದು.

ಸೀರೆ ಸೆಳೆದ ರಾಶಿಯೊಳಗೆ ನೂರು ದುಶ್ಯಾಸನರು
ಕೃಷ್ಣನಿಲ್ಲದ ದ್ರುಪದ ಪುತ್ರಿ

ಗೆಳೆಯ, ಗೆಣೆಕಾರ ಪಾತ್ರಗಳ ಅನಿಷಿದ್ಧ ದೊಡ್ಡಾಟ
ಬಣ್ಣವಿಲ್ಲ, ಬೆಳಕಿಲ್ಲ
ಅಂಗಾತ ಬಿದ್ದ ಕ್ಯಾನ್‌ವಾಸ್‌ನ ಚಿತ್ರ

ನಟಿಸಬೇಕೆನಿಸುತ್ತಿದೆ
ಯಾಯತಿಯ 'ಚಿತ್ರಲೇಖೆ'ಯಂತೆ
ರಂಗ ರಸಿಕರಿಲ್ಲದ ಬಯಲು ರಂಗದಲಿ!

*

ಮಾತು ಮರೆತು ಅದೆಷ್ಟೋ ದಿನಗಳಾದವು
ಸಂವಾದ, ಹರಟೆ, ಸಲ್ಲಾಪದ ಸೊಲ್ಲುಗಳು
ಕಾಡು ಹೆಣಗಳು

ಜಿದ್ದಿಗೆ ಬಿದ್ದು ಧಿಕ್ಕರಿಸಿದರೂ
ತೆವಲುಗಾರರ ತೆಕ್ಕೆಯೊಳಗೆ ಸಿಕ್ಕ ಹಕ್ಕಿ
ಅಳುವ ಬರಿಗಣ್ಣಿಗೆ ತೊಟ್ಟಿಕ್ಕದ ಹನಿಗಳು

ಹಕ್ಕು ಕೇಳುವ ದನಿಗಳೆ
ಹಾಡು-ಹಗಲೇ ದಿಕ್ಕಾಪಾಲು
ಉಮ್ಮಳಿಸುವ ದುಃಖಕ್ಕೆ
ಸರಿರಾತ್ರಿಗಳೇ ಸಂಗಾತಿ

ಬದುಕಬೇಕೆನಿಸುತ್ತಿದೆ
ಮನುಷ್ಯರಿಲ್ಲದ ಊರಿನೊಳಗೆ!!!!

ನೀಲಿನಕ್ಷತ್ರ

ನನ್ನ 'ನೀಲಿನಕ್ಷತ್ರ' ಉರಿದುಹೋಯಿತು
ನಟ್ಟನಡುವಿನಲ್ಲಿ
ನಿಂತ ನಿಲುವಿನಲ್ಲೆ
ಸುಟ್ಟು ಕೊಂದರು...
ಬಾಳಬೇಕಿತ್ತು
ಬೆಳಗಬೇಕಿತ್ತು
ಜಗತ್ತಿನ ಕತ್ತಲಿಗೆ ಕಂದೀಲು ಹಿಡಿಯಬೇಕಿತ್ತು
ಅಷ್ಟರಲ್ಲೇ ಕೊಂದರು
ಮಿಣಿ ಹಗ್ಗಕ್ಕೆ ಬೆಣ್ಣೆ ಸವರಲಾಗಿತ್ತು
ಪಾಷಾಣದ ಕಡಾಯಿಗಳನ್ನು ಮುಂದಿಡಲಾಗಿತ್ತು
ದಾರಿಗಳಿಗೆ ಜಾಲಿ ಮುಳ್ಳು ಎಳೆಯಲಾಗಿತ್ತು
ಅಪರಾತ್ರಿ ಕತ್ತಿ ಮಸೆತದ ಸದ್ದು ರಣಗುಡುತ್ತಿತ್ತು
ಸಾಗರದ ಆಳದಲ್ಲಿ ಕರಿಗಾಳಿಯ ಮೆರವಣಿಗೆ ಹೊರಟಿತ್ತು...
ನನ್ನ 'ನೀಲಿನಕ್ಷತ್ರ' ನಿಶ್ಯಸ್ತ್ರವಾಗಿ ಅಸ್ತಂಗತಗೊಂಡಿತು...

(ರೋಹಿತ್ ವೇಮುಲನಿಗಾಗಿ)

ಇಂತಿ ನಿನ್ನ ಕ್ಷಮೆ ಇರಲಿ...

ಅವಳು : ನನ್ನ ಹೃದಯ ಭಾವನೆಗಳು ಬತ್ತಿ ಬರಡು ನೆಲವಾಗಿದೆ

ನಾನು : ಚಿಂತೆ ಬಿಡು, ಹದ ಮಾಡಿ ಉತ್ತಿ-ಬಿತ್ತಿ ಬೆಳೆ ತೆಗೆಯುತ್ತೇನೆ

ಅವಳು : ನೀರ ಸೆಲೆ ಬತ್ತಿದೆ

ನಾನು : ಹಠ ಹಿಡಿದು ಮಳೆ ಭರಿಸುತ್ತೇನೆ

ಅವಳು : ಧರ್ಮ-ದ್ವೇಷದ ಕಳೆ ಬೆಳೆಯುತ್ತದೆ

ನಾನು : ಆ ಕಳೆ ಕಿತ್ತು ನಂಬಿಕೆಯ ಹೂ ಗಿಡಗಳ ನೆಡುತ್ತೇನೆ

ಅವಳು : ಹೂ ಬಿಡುವ ಮುಂಚೆ ಹಕ್ಕಿ-ಪಿಕ್ಕಿಗಳ ಕಾಟ

ನಾನು : ಅವುಗಳಿಗೂ ತುತ್ತು-ಕಾಳು ಕೂಡಿಡುತ್ತೇನೆ

ಅವಳು : ದೇಶ ಮುರಿದು ದೇಶ ಕಟ್ಟಿದ ಕರಾಳ ನೆನಪುಗಳ ಇಬ್ಬನಿ ಸುರಿಯುತ್ತಿದೆ

ನಾನು : ಕ್ಷಣಾರ್ಧದಲ್ಲೆ ಕರಗುವಂತೆ ಮಮತೆಯ ಕಾವು ಕೊಡುತ್ತೇನೆ

ಅವನು : ಮಸೀದಿಯ ಬುರುಜು ಕೆಡವಿದ ನೋವು ಕಾಡುತ್ತಿದೆ

ನಾನು : ನೋವಿಗೆ ಮುಲಾಮು ಹಚ್ಚಿ 'ಅಲ್ಲಾನ' ಕ್ಷಮೆ ಕೋರುತ್ತೇನೆ

ಅವಳು : ಗಾಂಧಿ ನಾಡಿನಲ್ಲಿ ಉರಿದುಹೋದವರ ಆಕ್ರಂದನ ಕಣ್ಣಿನಲ್ಲಿದೆ.

ನಾನು : 'ಗಾಂಧಿ' ಪಾದತಲದಲ್ಲಿ ತಲೆಯಿಟ್ಟು ಉರಿದುಹೋದ ಜೀವಗಳಿಗೆ ಶಾಂತಿ ಕೋರುತ್ತೇನೆ.

ಅವಳು : ಸಂತ ಕ್ರಿಸ್ತನ ಮೇಲೆ ದಾಳಿ ನಡೆಯುತ್ತಿದೆ...

ನಾನು : ಆ ರಾಮ ಭಕ್ತರಿಗೆ ಸದ್ಬುದ್ಧಿ ಕೊಡುವಂತೆ 'ಅಯೋಧ್ಯಾ ರಾಮ'ನಲ್ಲಿ ಮೊರೆಯಿಡುತ್ತೇನೆ

ಅವಳು : ಹರಿದ ರಕ್ತಕ್ಕೆ ಬೆಲೆ ಕಟ್ಟಲಾದೀತೆ?

ನಾನು : ಇಲ್ಲ..., ಬುದ್ಧ, ಬಸವ, ಸಂತ ಷರೀಫ, ಅಂಬೇಡ್ಕರ್‌ರನ್ನು ಮುಂದಿಟ್ಟುಕೊಂಡು
ಮುರಿದ ಮನಸ್ಸುಗಳ ಕಟ್ಟೋಣ...
ಮೊಗ್ಗು, ಹೂವು, ಕಾಳು ತೆನೆತೂಗುವ ಬೆಳೆ ತೆಗೆಯೋಣ

ಅವಳು : ಕಣವೆಲ್ಲಿ?

ನಾನು : ನಿನ್ನೆದೆ ಮೇಲೆ...

ಅವಳು : ಸುಗ್ಗಿ ಹಬ್ಬ?

ನಾನು : ನಿನ್ನ ಕಣ್ಣಲ್ಲಿ.

ಅವಳು : ಫಲವೇನು?

ನಾನು : ಊರ ಅಗಸೆ ಬಾಗಿಲಿಗೆ ತಳಿರು ತೋರಣ,
ಮನುಷ್ಯತ್ವಕ್ಕೆ ಹೋಳಿಗೆ ಹೂರಣ

ಅವಳು : ನಂಬಬಹುದೆ?

ನಾನು : ನಂಬಿಕೆ ಮೇಲೆ ಜಗತ್ತು ನಿಂತಿದೆ.
ಅದರೊಳಗೆ ನಾವಿಬ್ಬರು...
ಅವ್ವ (ಭಾರತಾಂಬೆ), ನಿನ್ನ ಒಡಲೊಳಗೆ ರಾಮ, ರಹೀಮ, ಕ್ರಿಸ್ತ ಎಲ್ಲರೂ...

ನಾನು ಬರೆಯುತ್ತೇನೆ...

ನಾನು ಬರೆಯುತ್ತೇನೆ
ಯಾರನ್ನೂ ದ್ವೇಷಿಸಲು ಅಲ್ಲ
ನನ್ನನ್ನು ನಾನು ಸಂತೈಸಿಕೊಳ್ಳಲು...

ಅಗೋ, ಊರ ಅಗಸೆ ಬಾಗಿಲಿನ ಕಲ್ಲು ಕಂಬಗಳ ಮೇಲೆ
ರಕ್ತದ ಕಲೆಗಳಿವೆ. ಚರ್ಮದ ತುಂಡುಗಳು
ಜೋತುಬಿದ್ದಿವೆ
ಅವು ಮನುಷ್ಯರದ್ದೇ ಇರಬೇಕು
ಅದೂ ನನ್ನವರದ್ದೇ... ॥ ನಾನು ॥

ಅಲ್ಲಿ ಬಾವಿಕಟ್ಟೆಯ ಬುಡದಲ್ಲಿ ಗಡಿಗೆಯ ಚೂರುಗಳು ಕಾಣುತ್ತಿವೆ
ಯಾರೋ ಪುಣ್ಯಾತ್ಮರು! ಒಡೆದು ಹಾಕಿದ್ದಾರೆ
ಮಣ್ಣಲ್ಲಿ ಮಣ್ಣಾಗಿಲ್ಲ ಇನ್ನೂ
ನನ್ನ ಜೋಪಡಿಯಲ್ಲಿ ಗಡಿಗೆಗಳು ಕಾಣೆಯಾಗಿವೆ!
ಬರಿಗೈಲಿ ಬರುತ್ತಿರುವವರು
ನನ್ನವರೆ... ॥ ನಾನು ॥

ದ್ವಾರ ಬಾಗಿಲಿಲ್ಲ, ದಾರಿಸೂಚಕ ಬೋರ್ಡ್ ಇಲ್ಲ
ದಾರಿಯುದ್ದಕ್ಕೂ ಲಂಟಾನ ಗಿಡದ ಬೇಲಿ
ಬರಿಗಾಲಿಗೆ ಮುಳ್ಳುಗಳು ಮುತ್ತಿಕ್ಕುತ್ತಿವೆ
ಕಲ್ಲುಗಳು ತಬ್ಬಿಕೊಳ್ಳುತ್ತಿವೆ
ಈ ದಾರಿ ನನ್ನಟ್ಟಿಗೆ ಇರಬೇಕು
ಅಲ್ಲಿ, ದೂ...ರದಲ್ಲಿ ಊರಾಚೆ
ಕಾಣುತ್ತಿರುವವರು ನನ್ನವರೆ... ॥ ನಾನು ॥
ಊರ ದೇವರ ಅರ್ಚನೆ ನಡೆಯುತ್ತಿದೆ
ಸರೀಕರೆಲ್ಲ ಹೊಸಬಟ್ಟೆ ತೊಟ್ಟಿದ್ದಾರೆ
ದೇವರು ಚಿನ್ನ ಚಿತ್ತಾರದ ಪಟ್ಟೆ-ಪೀತಾಂಬರ

ತೊಟ್ಟು ಮೆರವಣಿಗೆ ಹೊರಟಿದೆ
ನನ್ನವರನ್ನು ಬಿಟ್ಟು...
ತಮಟೆ ಸದ್ದು ಕೇಳಿಸುತ್ತಿದೆ
ಹ್ಞಾ..., ಅದು ನನ್ನವರೆ ಬಾರಿಸುತ್ತಿರುವುದು. ॥ ನಾನು ॥

ಊರ ಉತ್ತಮರೊಬ್ಬರು ಸತ್ತು ಒಪ್ಪೊತ್ತಾಗಿದೆ
ಮೆರವಣಿಗೆ ಹೊರಟಿಲ್ಲ, ನಾರುತ್ತಿದೆ
ನನ್ನವರ ತಮಟೆ ಹರಿದುಹೋಗಿದೆ
ಹಡ ಹಾಲಿ ಬಿಗಿಯಲಾಗುತ್ತಿದೆ
ಅವರು ಕಾಯುತ್ತಿರುವುದು
ನನ್ನವರಿಗೆ... ॥ ನಾನು ॥

ಅಲ್ಲಿ ಯಾರೂ ಅಳುತ್ತಿದ್ದಾರೆ
ಗಾಯಗೊಂಡು ನರಳುತ್ತಿದ್ದಾರೆ
ಕತ್ತಿಗಿಡ ತೇಯ್ದು ಮದ್ದು ಹಚ್ಚಲಾಗುತ್ತಿದೆ
ರಚ್ಚೆ ಹಿಡಿದ ಕೂಸಿಗೆ
ಕಪ್ಪು ಬಳೆ ಸುಟ್ಟು ಸಂದು ಹಾಕಲಾಗುತ್ತಿದೆ
ಮೈನರೆದ ಮಗಳ ಮೈ ತೊಳೆಯುತ್ತಿದ್ದಾರೆ
ಬಯಲಲ್ಲಿ
ಓ..., ನನ್ನವರೆ ॥ ನಾನು ॥

ಬೂದಿ ಕಾವು ಇನ್ನೂ ಆರಿಲ್ಲ
ಆಗಷ್ಟೇ ಉರಿ ನಿಲ್ಲಿಸಿ ಝುಳ ಸುರಿಸುತ್ತಿದೆ
ಎಲುಬುಗಳು ನರಳುವುದು ಕೇಳಿಸುತ್ತಿದೆ
ಜೀವ ಇನ್ನೂ ಹೋಗಿಲ್ಲ
ಅದ್ಯಾವ ಕೊನೆಯಾಸೆಗೆ ಕಾದು ಕಳವಳಿಸುತ್ತಿದೆಯೋ..
ನಲ್ಲುಲ್ಲಿನ ಗುಡಿಸಲಿಗೆ ಹುಡುಕಾಡುತ್ತಿದ್ದೇನೆ ನನ್ನವರನ್ನು
ಯಾರೋ 'ಧರ್ಮಾತ್ಮ'ರು ಬೆಂಕಿ ಇಟ್ಟು
ಚಳಿ ಕಾಯಿಸಿಕೊಂಡು ಈಗಷ್ಟೇ... ಹೋಗಿದ್ದಾರೆ!!!
ಅವರ ಹೊಟ್ಟೆ ತಣ್ಣಗಿರಲಿ..
ಅವರ ಮನೆ ಬೆಳಂದಿಂಗಳ ಬೆಳಗಲಿ..

ನಾನು ಬರೆಯುತ್ತೇನೆ
ಯಾರನ್ನೂ ದ್ವೇಷಿಸಲು ಅಲ್ಲ
ನನ್ನನ್ನು ನಾನು ಸಂತೈಸಿಕೊಳ್ಳಲು...

ಮರಣ ಮೃದಂಗ

ನನ್ನ ತಮಟೆ ಹರಿದುಹೋಗಿದೆ

ಎದೆಯಗಲ ಚರ್ಮ ಬೇಕಾಗಿದೆ
ದನದ್ದು...

ಜುಂಗು ಕಿತ್ತು ರಂಪಿಗೆ ಆಡಿಸಿ
ಅಡಗಲ್ಲಿನಲ್ಲಿ
ತಟ್ಟಿ ಹದ ಮಾಡಿ
ಹದಿನಾರು ಎಳೆ ಬಿಗಿದು
ಎಳೆ ಬಿಸಿಲಿಗಿಡಿದು
ಬಾರಿಸಬೇಕಿದೆ.

ರಣಬಾಜಿ, ಹುಲಿ ಹೊಡೆತ
ಎರಡೇಟು...
ನೋವು ನೀಗಿಸಿಕೊಳ್ಳಬೇಕಿದೆ
ಶತಮಾನಗಳದ್ದು

ಸತ್ತ ದನವೊಂದಿದ್ದರೆ
ಕೊಟ್ಟು ಬಿಡಿ
ನನ್ನ ತಮಟೆ ಹರಿದುಹೋಗಿದೆ.

ಮುತ್ತಾತ ಮೆಚ್ಚಿ ಬಾರಿಸಿದ ತಮಟೆ
ತಾತಾ ತಲೆ ಎತ್ತಿ ಬಡಿದ ತಮಟೆ
ಅಪ್ಪ ಕುಣಿ ಕುಣಿದು ಅಬ್ಬರಿಸಿದ ತಮಟೆ
ಸಾವಿನ ಸೂತಕಕ್ಕೂ
ದೇವರ ಒಡ್ಡೋಲಗಕ್ಕೂ
ಒಪ್ಪುಳ್ಳ ತಮಟೆ

ಸತ್ತದನವೊಂದಿದ್ದರೆ ಕೊಡಿ
ತಮಟೆ ಬಿಗಿಯಬೇಕಿದೆ
ನಿಮ್ಮ ಮೆರವಣಿಗೆಗೆ!!!

ದೇವರು
ನಡು ನಡುರಸ್ತೆಯಲ್ಲೆ ನಿಂತಿದ್ದಾನೆ
ಹೆಣವೊಂದು ಚಟ್ಟ ಏರಲೊಲ್ಲುತ್ತಿಲ್ಲ
ಸಂಪ್ರದಾಯ ಮುಕ್ಕಾದೀತು
ಹೆಣಕ್ಕೆ ಮೋಕ್ಷವಿಲ್ಲ
ದೇವರಿಗೆ ಸುಖವಿಲ್ಲ

ದಯಮಾಡಿ
ಸತ್ತ ದನವೊಂದಿದ್ದರೆ ಕೊಡಿ
ನನ್ನ ತಮಟೆ ಹರಿದುಹೋಗಿದೆ
ಎದೆಯಗಲ ಚರ್ಮ ಬೇಕಾಗಿದೆ..

ಮಕ್ಕಳು ಹಸಿದಿದ್ದಾರೆ
ನೀರುಣಿಸಿ ಇವತ್ತೂ
ಮಲಗಿಸಬೇಕಿದೆ
ನಿದ್ದೆಗೆ ದೂಡಬೇಕಿದೆ
ತಮಟೆ ಬಾರಿಸಿ

ಸತ್ತ ದನವೊಂದಿದ್ದರೆ ಕೊಡಿ
ತಮಟೆ ಬಿಗಿಯಬೇಕಿದೆ
ಮಕ್ಕಳಿಗಾಗಿ

ನನ್ನವರನ್ನು ಕಟ್ಟಿ ಹೊಡೆಯಲಾಗುತ್ತಿದೆ
ಜೀವಂತ ಸುಟ್ಟು ಕೊಲ್ಲಲಾಗುತ್ತಿದೆ
ತಿಂದುಂಡು ತೆವಲು ತೀರಿಸಿಕೊಳ್ಳಲಾಗುತ್ತಿದೆ
ಅವರನ್ನೆಲ್ಲಾ ನೇಣುಗಂಬಕ್ಕೆ
ರಥಬೀದಿಯಲ್ಲಿ
ಮೆರವಣಿಗೆ ಕರೆದೊಯ್ಯಬೇಕಿದೆ

ಸತ್ತದನವೊಂದಿದ್ದರೆ ಕೊಡಿ
ಎದೆಯಗಲ ಚರ್ಮ ಬೇಕಿದೆ
ಎಂದೂ ಹರಿಯದ
ರಣಬಾಜಿ ಗಡಚಿಕ್ಕುವಂತೆ
ತಮಟೆ ಬಿಗಿಯಬೇಕಿದೆ.

ಆತ್ಮಸಂವಾದ

ಒಬ್ಬನೇ
ನಡೆಯಬೇಕೆಂದಿದ್ದೆ
ನೆರಳು ಹಿಂಬಾಲಿಸಿತು

ಅದೊಂದು ದಿವ್ಯ ಮೌನವನ್ನೆ ತಬ್ಬಿಕೊಂಡು ಧ್ಯಾನಿಸಬೇಕೆಂದಿದ್ದೆ
ಎದೆಯ ಗೂಡಲ್ಲಿ
ಬಿಕ್ಕಳಿಕೆಗಳು ಭಂಗ ತಂದವು

ಯಾರ ಗೊಡವೆಯೂ
ಬೇಡೆನೆಗೆ
ವಿರಾಗಿಯಾಗಹೊರಟೆ
ಮೋಹ ರಾಗವೊಂದು
ಆಪಾದಮಸ್ತಕ ಆವರಿಸಿಕೊಂಡಿತು

ಆತ್ಮಚರಿತ್ರೆಯ
ಬರೆದು ಉಳಿಯುವ
ಬಯಕೆ ಕೈ ಬಿಟ್ಟಿದ್ದೆ
ಚರಿತ್ರೆ ತಾನಾಗಿಯೇ
ಮೈತಳೆದಿತ್ತು.

ಕೊಟ್ಟು–ಪಡೆಯುವ
ಕಾಲದೊಳಗೆ
ನಾನೀಗ ಬಂಧಿ
ಬುದ್ಧ ನಗೆಯೊಂದೆ
ನನ್ನ ಸಂಬಂಧಿ.

ಮದಿರೆಯ ಮಹಾಯಾನ

ಆ ಮಾಟಗಾತಿ
ಮದಿರೆಗಿಂತಲೂ ಅಮಲು
ಮೈದುಂಬಿ
ಮಾಗಿ ಮೊರೆಯುವ
ಅವಳ ಪ್ರಣಯ ಪಲ್ಲಂಗದ
ನಶೆಯಲ್ಲಿ ಚಿತ್ತಾಗಿ ಹೋಗಿದ್ದೇನೆ.
ಕುಡಿದಷ್ಟು ದಾಹ
ಕಡೆದಷ್ಟು ಮೋಹ
ಅವಳ ತುಟಿ ಬಣ್ಣಕ್ಕೀಗ
ಹೋಳಿಯ ಹುರುಪು
ಅಂಗಾಂಗಗಳ
ಕಸುವ ಕಡೆದು
ಸಂಗ ಸರಸದಲ್ಲಿ
ಬಣ್ಣವೆಲ್ಲಾ ಚೆಲ್ಲಾಡಿದಾಗ
ಶೃಂಗಾರ ಮೈ ನೆರೆದ ಫಳಿಗೆ
ಕರುಳ ಅಂಗಳದಲ್ಲಿ
ಬಂಗಾರದ ಬೆಳಕು.
ಅಲ್ಲೀಗ ಸಖೀಗೀತೆಯ
ಸುಖ ಸುರಿದಿದೆ.
ದಿವ್ಯ ಬೆಳಕಿನ ತೊಟ್ಟಿಲು ತೂಗಿದೆ.

ಪದ್ಯ ಉರಿದ ಕಥೆ

ಬರೆದ ಪದ್ಯವೊಂದು ಯಾಕೋ
ಧಗ್ಗನೆ ಉರಿಯತೊಡಗಿದೆ ಧಗ ಧಗಿಸಿ
ಬೆರಳುಗಳೂ ಉರಿ ಬತ್ತಿಯಾಗಿ ಪೆನ್ನು ಅರಗಿನಂತೆ ಕರಗಿ
ಉರಿಸೋಕಿ ಪ್ರತಿ ಪದವೂ ಪರಿ ಪರಿಯಾಗಿ

ಸೆರಗು ಸವೆದು ನೂಲು ಬಿಟ್ಟಿದೆ ಸಗಣಿ ಮಂಕರಿಯ ಸಿಂಬೆಯಾಗಿ
ಸೊಂಟದ ಸಂಚಿಯಲ್ಲಿ ಒಣ ಬ್ರೆಡ್ಡೊಂದು ಅಡಗಿ ಕುಳಿತಿದೆ ಕೂಸ ನೆನೆದು
ತೌಡುನುಚ್ಚಕ್ಕಿ ಕಾಳುಕಡಿಯ ಜರಡಿ ಜಾಲಾಟ
ಗಲ್ಲಿ ಗಲ್ಲಿಯಲ್ಲಿ ಚಿಂದಿ ಆಯುವ ಅವಳ ಜೋಳಿಗೆ ತುಂಬುತ್ತಲೇ ಇಲ್ಲ
ರಂಗೋಲಿ, ಬಾಳೆಹಣ್ಣು, ಸೊಪ್ಪು-ಸೆದೆ ಹೊತ್ತು ತಿರುಗಿದಳು
ಹೊಟ್ಟೆ-ಬಟ್ಟೆ ನೀಚಲು ನಿಡುಸುಯ್ಯದು ನಡುಬಿಸಿಲಲ್ಲಿ ನೆರಳ ಜಗುಲಿಯ ಒರಗಿ
ಗಟಗಟನೆ ನೀರು ಕುಡಿದಳು
ಆಗ ಹುಟ್ಟಿದ ಪದ್ಯ ॥

ನಿಗವಾದದ್ದೊಂದು ಜೋಡೂ ಇಲ್ಲ ಅವನ ಕಾಲುಗಳಿಗೆ
ತಳ ಹರಿದರೋ ತೇಪೆ ಹಾಕಲೊಲ್ಲ
ನೂಲು ಸಾಲದಾದೀತು ಗಿರಾಕಿ ಕೈ ಬಿಟ್ಟು ಹೋದಾನು
ಅಡಗಲ್ಲಿಗೆ ಮಸೆದ ರಂಪಿಗೆ, ಮೇಣ ಮೆತ್ತಿದ ಉಳಿ
ಮೋಟು ದಾರ ಪಾಲೀಸು ಡಬ್ಬ
ದಾರಿಹೋಕರ ಚಪ್ಪಲಿ ಉಂಗುಷ್ಟ ನೂಲು ಕಿತ್ತು ನೇತಾಡುವುದನೇ ಕಾಯುತ್ತಿದ್ದಾನೆ
ಸರಿರಾತ್ರಿಯಾದರೂ ಸರಿಯೇ ಹಿಡಿ ಅಕ್ಕಿ, ಉಪ್ಪು-ಮೆಣಸು
ಮಗ್ಗಿ ಪುಸ್ತಕ ತರುವೆ ಎಂದವನ ದಾರಿ ಕಾಯುತ್ತಿದೆ

ಒಣಬತ್ತಿಯ ಚಿಮಣಿ ಬುಡ್ಡಿ
ಆಗ ಹುಟ್ಟಿದ ಪದ್ಯ ॥

ಉದ್ದನೆಯ ದಬ್ಬೆಗಳು ಗ್ವಾರೆ ಗುದ್ದಲಿ ಚಿಂದಿಯಾದ ಚೆಡ್ಡಿ
ಗಟಾರದ ಗಬ್ಬುನಾತದೊಳಗೆ ಮುಳುಗಿದ ಮೂಳೆ ಚಕ್ಕಳದ
ಮಹಜರ್ ನಡೆದಿತ್ತು
ಸುತ್ತಲೂ ನೊಣದಂತೆ ಜನ ಮುತ್ತಿದ್ದರು ಬಗೆ ಬಗೆದು ಲೊಚಗುಟ್ಟಿ
ಮುಂದಿನ ಊರ ಬೀದಿಯ ಗಟಾರದಲ್ಲೂ ಹೆಣ ತೇಲಿದ ಸುದ್ದಿ ಬಂತು
ಬಿಳಿ ಅಂಗಿಯೊಂದು ಸತ್ತವರ ಲೆಕ್ಕಪಟ್ಟಿ ಹಿಡಿದು ಓಡಾಡುತ್ತಿತ್ತು
ಸತ್ತವರ ವಿಳಾಸವೇ ಇರಲಿಲ್ಲ
ಹೆಣದ ಮುಂದೆ ಅತ್ತವರ ಗುರುತೇ ಯಾರಿಗೂ ಸಿಗಲಿಲ್ಲ
ಅಗ ಹುಟ್ಟಿದ ಪದ್ಯ ॥

ಊರ ದಿಬ್ಬದ ಮೇಲೆ ದಬ್ಬಿ ಕುಂತ ಹರೆಯ
ತೆರೆ ಹರಿದು ಪೊರೆ ಕಳಚಿ ಕುಲಗೆಟ್ಟು ಮರೆ ಮೋಹವೊಂದು
ಮೊರೆದು ಹರಿವಾಗ
ಧಗೆ ಎದ್ದು ನಿಂತಿದೆ ಕುಲದೂರೊಳಗೆ
ಎಳೆತಂದು ಮಿಣಿ ಹೊಸೆದು ನೇತು ತೂಗಿದೆ ಎಳೆ ಜೀವ
ಕರುಳ ಚೀಲ ನಂಜಾಗಿ ವಿಷ ಉಕ್ಕಿತು ಏರಿಯೇ ನೀರುಂಬಿದಂತೆ
ಆಗ ಹುಟ್ಟಿದ ಪದ್ಯ ॥